Cẩm nang nấu ăn Địa Trung Hải

Tuyển tập các món ăn truyền thống và hiện đại từ các quốc gia Địa Trung Hải

Lê Thị Hương Giang

Mục lục

mì hải sản

Thời gian chuẩn bị: 10 phút

giờ nấu ăn: 35 phút

Khẩu phần: 2

Mức độ khó: khó

Thành phần:

- 2 tép tỏi băm nhỏ
- 4 ounces linguine, lúa mì nguyên chất
- 1 muỗng canh dầu ô liu
- 14 oz cà chua, đóng hộp và thái hạt lựu
- 1/2 muỗng canh hẹ, băm nhỏ
- 1/4 chén rượu trắng
- Muối biển và hạt tiêu đen để nếm
- 6 con nghêu, làm sạch
- 4 ounce cá rô phi, cắt thành dải 1 inch
- 4 ounce sò biển khô
- 1/8 chén phô mai Parmesan, nạo
- 1/2 muỗng cà phê kinh giới, băm nhỏ và tươi

Hướng dẫn:

Đun sôi nước trong nồi và nấu mì ống cho đến khi mềm, sẽ mất khoảng tám phút. Xả và rửa sạch mì ống.

Đun nóng dầu bằng chảo lớn trên lửa vừa và khi dầu nóng, cho tỏi và hẹ tây vào xào. Nấu trong một phút và khuấy thường xuyên.

Tăng nhiệt lên mức trung bình cao trước khi thêm muối, rượu, hạt tiêu và cà chua, đun sôi. Nấu thêm một phút nữa.

Sau đó thêm nghêu, đậy nắp và nấu thêm hai phút nữa.

Sau đó cho kinh giới, sò điệp và cá vào đảo đều. Tiếp tục nấu cho đến khi cá chín hẳn và nghêu mở miệng. Quá trình này sẽ mất tối đa năm phút và loại bỏ những con nghêu không mở ra.

Phết nước sốt và nghêu lên mì, rắc parmesan và kinh giới trước khi ăn. Phục vụ nó nóng.

Dinh dưỡng (cho 100g):329 calo 12g chất béo 10g carbs 33g protein 836mg natri

Gia vị tôm gừng và cà chua

Thời gian chuẩn bị: 10 phút

giờ nấu ăn: 15 phút

Khẩu phần: 2

Mức độ khó: khó

Thành phần:

- 1 1/2 muỗng canh dầu thực vật
- 1 nhánh tỏi băm
- 10 con tôm loại lớn, bóc vỏ, chừa đuôi
- 3/4 muỗng canh ngón tay, bào và bóc vỏ
- 1 quả cà chua xanh, giảm một nửa
- 2 quả cà chua mận cắt làm đôi
- 1 muỗng canh nước cốt chanh, tươi
- 1/2 muỗng cà phê đường
- 1/2 muỗng canh Hạt Jalapeño, tươi và xắt nhỏ
- 1/2 muỗng canh húng quế, tươi và xắt nhỏ
- 1/2 muỗng canh rau mùi, xắt nhỏ và tươi
- 10 xiên
- Muối biển và hạt tiêu đen để nếm

Hướng dẫn:

Ngâm xiên của bạn trong nồi nước ít nhất nửa giờ.

Cho tỏi và gừng vào bát, chuyển một nửa sang bát lớn hơn và khuấy đều với hai thìa dầu ăn. Thêm tôm và đảm bảo chúng được tráng kỹ.

Đậy nắp và chuyển vào tủ lạnh ít nhất nửa giờ, sau đó để nguội.

Làm nóng vỉ nướng và bôi nhẹ các lưới bằng dầu. Lấy một cái bát và trộn mận và cà chua xanh với thìa dầu ô liu còn lại, nêm muối và tiêu.

Nướng mặt cắt cà chua lên và vỏ sẽ cháy thành than. Cùi cà chua phải mềm, sẽ mất khoảng 4 đến 6 phút đối với cà chua mận và khoảng 10 phút đối với cà chua xanh.

Loại bỏ vỏ khi cà chua đủ nguội để xử lý, sau đó loại bỏ hạt. Xắt nhỏ cùi cà chua, cho vào gừng và tỏi đã để sẵn. Thêm đường, jalapeño, nước cốt chanh và húng quế.

Nêm tôm với muối và hạt tiêu, xiên chúng vào xiên và nướng cho đến khi có màu đục, khoảng hai phút mỗi mặt. Bày tôm ra đĩa nêm nếm gia vị và thưởng thức.

Dinh dưỡng (cho 100g):391 calo 13g chất béo 11g carbs 34g protein 693mg natri

tôm và mì ống

Thời gian chuẩn bị: 10 phút

giờ nấu ăn: 10 phút

Khẩu phần: 2

Độ khó: trung bình

Thành phần:

- 2 chén mì ống tóc thiên thần, nấu chín

- 1/2 lb tôm vừa, bóc vỏ

- 1 nhánh tỏi băm

- 1 chén cà chua xắt nhỏ

- 1 muỗng cà phê dầu ô liu

- 1/6 chén ô liu Kalamata, rỗ và thái nhỏ

- 1/8 chén húng quế, tươi và thái lát mỏng

- 1 muỗng canh bạch hoa, để ráo nước

- 1/8 chén phô mai feta vụn

- hạt tiêu đen

Hướng dẫn:

Nấu mì ống của bạn theo hướng dẫn trên bao bì, sau đó đun nóng dầu trong chảo trên lửa vừa và cao. Nấu tỏi trong nửa phút và thêm tôm. Xào thêm một phút nữa.

Thêm húng quế và cà chua, sau đó giảm nhiệt để nấu trong ba phút. Cà chua của bạn phải mềm.

Thêm ô liu và nụ bạch hoa. Thêm một chút hạt tiêu đen và trộn hỗn hợp tôm và mì của bạn để phục vụ. Rắc phô mai lên trên trước khi ăn nóng.

Dinh dưỡng (cho 100g):357 calo 11g chất béo 9g carbs 30g protein 871mg natri

cá tuyết luộc

Thời gian chuẩn bị: 10 phút

giờ nấu ăn: 25 phút

Khẩu phần: 2

Độ khó: trung bình

Thành phần:

- 2 phi lê cá tuyết, 6 ounce
- Muối biển và hạt tiêu đen để nếm
- 1/4 chén rượu trắng khô
- 1/4 chén nước dùng hải sản
- 2 tép tỏi băm nhỏ
- 1 lá nguyệt quế
- 1/2 muỗng cà phê cây xô thơm, tươi và xắt nhỏ
- 2 nhánh hương thảo để trang trí

Hướng dẫn:

Bắt đầu bằng cách vặn lò nướng ở nhiệt độ 375, sau đó nêm muối và hạt tiêu vào phi lê. Đặt chúng vào chảo rang và thêm nước dùng, tỏi, rượu, cây xô thơm và lá nguyệt quế. Đậy chặt và nướng trong hai mươi phút. Cá của bạn sẽ bị bong vảy khi thử bằng nĩa.

Sử dụng thìa để múc từng miếng phi lê, đặt chất lỏng trên lửa lớn và nấu để giảm một nửa. Quá trình này sẽ mất mười phút và bạn sẽ cần khuấy thường xuyên. Phục vụ nhỏ giọt trong chất lỏng bỏng và trang trí bằng một nhánh hương thảo.

Dinh dưỡng (cho 100g):361 calo 10g chất béo 9g carbs 34g protein 783mg natri

Hến ngâm rượu trắng

Thời gian chuẩn bị: 5 phút

giờ nấu ăn: 10 phút

Khẩu phần: 2

Mức độ khó: khó

Thành phần:

- 2 pound Vẹm tươi sống
- 1 chén rượu trắng khô
- 1/4 muỗng cà phê muối biển, tốt
- 3 tép tỏi băm nhỏ
- 2 muỗng cà phê hẹ tây, xắt nhỏ
- 1/4 chén rau mùi tây, tươi và xắt nhỏ, chia
- 2 muỗng canh dầu ô liu
- 1/4 quả chanh, nước cốt

Hướng dẫn:

Lấy một cái rây và chà trai, rửa sạch chúng dưới nước lạnh. Loại bỏ những con hến không khép miệng nếu giã nhỏ, sau đó dùng dao tách bỏ phần râu của từng con.

Lấy vạc ra, đặt trên lửa vừa và cho tỏi, hẹ tây, rượu và rau mùi tây vào. Đun sôi. Khi sôi, cho hến vào và đậy nắp. Để nó nấu trong năm đến bảy phút. Hãy chắc chắn rằng chúng không quá chín.

Sử dụng một cái muỗng có rãnh để loại bỏ chúng và thêm nước cốt chanh và dầu ô liu vào chảo. Khuấy đều và đổ nước dùng lên hến trước khi ăn kèm với rau mùi tây.

Dinh dưỡng (cho 100g): 345 calo 9g chất béo 18g carbs 37g protein 693mg natri

cá hồi

Thời gian chuẩn bị: 10 phút

giờ nấu ăn: 15 phút

Khẩu phần: 2

Độ khó: trung bình

Thành phần:

- 2 miếng phi lê cá hồi, mỗi miếng 6 ounce
- 1 muỗng canh dầu ô liu
- 1/2 quả quýt, nước ép
- 2 muỗng cà phê vỏ cam
- 2 muỗng canh thì là, tươi và xắt nhỏ
- Muối biển và hạt tiêu đen để nếm

Hướng dẫn:

Đặt lò nướng ở nhiệt độ 375 độ, sau đó bóc hai miếng giấy nhôm dài 10 inch. Xoa dầu ô liu lên cả hai mặt miếng phi lê trước khi nêm muối và hạt tiêu, đặt từng miếng phi lê lên một miếng giấy nhôm.

Rưới nước cam lên từng quả và rắc vỏ cam và thì là lên trên. Gấp gói lại, đảm bảo có khoảng trống 2 inch bên trong giấy bạc để cá có thể nấu chín và đặt chúng lên khay nướng.

Nướng trong mười lăm phút trước khi mở gói và chuyển sang hai đĩa phục vụ. Đổ nước sốt lên từng món trước khi ăn.

Dinh dưỡng (cho 100g):366 calo 14g chất béo 9g carbs 36g protein 689mg natri

cá hồi phẳng

Thời gian chuẩn bị: 8 phút

giờ nấu ăn: 8 phút

Khẩu phần: 2

Mức độ khó: dễ

Thành phần:

- Cá hồi phi lê 180 gram
- chanh, 2 lát
- nụ bạch hoa, 1 muỗng canh
- Muối biển và hạt tiêu, 1/8 muỗng cà phê
- Dầu ô liu nguyên chất, 1 muỗng canh

Hướng dẫn:

Đặt chảo sạch trên lửa vừa để nấu trong 3 phút. Cho dầu ô liu vào đĩa và phủ kín cá hồi. Nấu cá hồi trên lửa lớn trong chảo.

Đậy cá hồi với các nguyên liệu còn lại và lật để nấu ở mỗi bên. Để ý khi cả hai mặt đều có màu nâu. Có thể mất 3-5 phút cho mỗi bên. Đảm bảo cá hồi đã chín bằng cách dùng nĩa kiểm tra.

Phục vụ với chanh nêm.

Dinh dưỡng (cho 100g):371 Calo 25,1g Chất béo 0,9g Carbohydrate 33,7g Protein 782mg Natri

giai điệu cá ngừ

Thời gian chuẩn bị: 20 phút

giờ nấu ăn: 20 phút

Khẩu phần: 2

Mức độ khó: dễ

Thành phần:

- Cá ngừ, 12 ounce
- Hành lá, 1 để trang trí
- Hạt tiêu, ¼, xắt nhỏ
- Giấm, 1 chút
- Muối và hạt tiêu cho vừa ăn
- Quả bơ, 1 quả, cắt đôi và bỏ hạt
- Sữa chua Hy Lạp, 2 muỗng canh

Hướng dẫn:

Trong một cái bát, trộn cá ngừ với giấm, hành tây, sữa chua, bơ và hạt tiêu.

Thêm gia vị, quăng và phục vụ với hẹ trang trí.

Dinh dưỡng (cho 100g):294 Calo 19g Chất béo 10g Tinh bột 12g Protein 836mg Natri

phô mai biển

Thời gian chuẩn bị: 12 phút

giờ nấu ăn: 25 phút

Khẩu phần: 2

Mức độ khó: dễ

Thành phần:

- Cá hồi phi lê 180 gram
- húng quế khô, 1 muỗng canh
- Phô mai, 2 muỗng canh, nạo
- Cà chua, 1, thái lát
- Dầu ô liu nguyên chất, 1 muỗng canh

Hướng dẫn:

Chuẩn bị lò nướng ở nhiệt độ 375 F. Trải giấy nhôm lên khay nướng và xịt dầu ăn. Cẩn thận chuyển cá hồi lên khay nướng và phủ các nguyên liệu còn lại lên trên.

Để cá hồi có màu nâu trong 20 phút. Để nguội trong năm phút và chuyển sang đĩa phục vụ. Bạn sẽ thấy topping ở giữa cá hồi.

Dinh dưỡng (cho 100g):411 Calo 26,6g Chất béo 1,6g Carbohydrate 8g Protein 822mg Natri

bít tết lành mạnh

Thời gian chuẩn bị: 10 phút

giờ nấu ăn: 20 phút

Khẩu phần: 2

Mức độ khó: dễ

Thành phần:

- Dầu ô liu, 1 muỗng cà phê
- Halibut Steak, 8 ounce
- Tỏi, ½ muỗng cà phê, băm nhỏ
- Bơ, 1 muỗng canh
- Muối và hạt tiêu cho vừa ăn

Hướng dẫn:

Đun nóng chảo và thêm dầu. Trên lửa vừa, làm nâu bít tết trong chảo, làm tan chảy bơ với tỏi, muối và hạt tiêu. Thêm bít tết, trộn đều và phục vụ.

Dinh dưỡng (cho 100g):284 Calo 17g Chất béo 0,2g Carbohydrate 8g Protein 755mg Natri

cá hồi thảo mộc

Thời gian chuẩn bị: 8 phút

giờ nấu ăn: 18 phút

Khẩu phần: 2

Mức độ khó: dễ

Thành phần:

- Cá hồi, 2 miếng phi lê không da
- Muối thô để hương vị
- Dầu ô liu nguyên chất, 1 muỗng canh
- Chanh, 1, thái lát
- hương thảo tươi, 4 nhánh

Hướng dẫn:

Làm nóng lò ở 400F. Đặt giấy bạc lên khay nướng và đặt cá hồi lên trên. Che cá hồi với phần còn lại của các thành phần và nướng trong 20 phút. Phục vụ ngay lập tức với nêm chanh.

Dinh dưỡng (cho 100g):257 Calo 18g Chất béo 2,7g Carbohydrate 7g Protein 836mg Natri

Cá ngừ hun khói tráng men

Thời gian chuẩn bị: 35 phút

giờ nấu ăn: 10 phút

Khẩu phần: 2

Mức độ khó: dễ

Thành phần:

- Cá ngừ, 120 gram bít tết
- Nước cam, 1 muỗng canh
- Tỏi băm nhỏ, ½ tép
- Nước cốt chanh, ½ muỗng cà phê
- mùi tây tươi, 1 muỗng canh, xắt nhỏ
- Nước tương, 1 muỗng canh
- Dầu ô liu nguyên chất, 1 muỗng canh
- Tiêu đen xay, ¼ muỗng cà phê
- Rau kinh giới, ¼ muỗng cà phê

Hướng dẫn:

Chọn một bát trộn và thêm tất cả các thành phần trừ cá ngừ. Trộn đều và thêm cá ngừ vào ướp. Đặt hỗn hợp trong tủ lạnh trong nửa giờ. Làm nóng vỉ nướng và nấu cá ngừ ở mỗi bên trong 5 phút. Phục vụ sau khi nấu ăn.

Dinh dưỡng (cho 100g):200 Calo 7,9g Chất béo 0,3g Carbohydrate 10g Protein 734mg Natri

cá bơn giòn

Thời gian chuẩn bị: 20 phút

giờ nấu ăn: 15 phút

Khẩu phần: 2

Mức độ khó: dễ

Thành phần:

- mùi tây lên
- Thì là tươi, 2 muỗng canh, xắt nhỏ
- Hẹ tươi, 2 muỗng canh, băm nhỏ
- Dầu ô liu, 1 muỗng canh
- Muối và hạt tiêu cho vừa ăn
- Cá bơn, phi lê, 6 ounce
- Vỏ chanh, ½ muỗng cà phê, bào mịn
- Sữa chua Hy Lạp, 2 muỗng canh

Hướng dẫn:

Làm nóng lò ở 400F. Lót một tấm nướng bằng giấy nhôm. Cho tất cả các nguyên liệu vào một đĩa rộng và để phi lê ướp. Rửa sạch và lau khô phi lê; sau đó cho vào lò nướng và nướng trong 15 phút.

Dinh dưỡng (cho 100g):273 Calo 7,2g Chất béo 0,4g Carbohydrate 9g Protein 783mg Natri

cá ngừ vừa vặn

Thời gian chuẩn bị: 15 phút

giờ nấu ăn: 10 phút

Khẩu phần: 2

Mức độ khó: dễ

Thành phần:

- Trứng, ½
- Hành tây, 1 muỗng canh, băm nhỏ
- cần tây lên
- Muối và hạt tiêu cho vừa ăn
- Tỏi, 1 tép, băm nhỏ
- cá ngừ đóng hộp, 7 ounce
- Sữa chua Hy Lạp, 2 muỗng canh

Hướng dẫn:

Để ráo cá ngừ và thêm trứng và sữa chua với tỏi, muối và hạt tiêu.

Trong một cái bát, trộn hỗn hợp này với hành tây và tạo hình bánh mì kẹp thịt. Lấy một cái chảo lớn và nướng bánh mì kẹp thịt trong 3 phút cho mỗi mặt. Thoát nước và phục vụ.

Dinh dưỡng (cho 100g):230 Calo 13g Chất béo 0,8g Carbohydrate 10g Protein 866mg Natri

Bít tết cá tươi và nóng

Thời gian chuẩn bị: 14 phút

giờ nấu ăn: 14 phút

Khẩu phần: 2

Mức độ khó: dễ

Thành phần:

- Tỏi, 1 tép, băm nhỏ

- Nước cốt chanh, 1 muỗng canh

- Đường nâu, 1 muỗng canh

- Halibut bít tết, 1 pound

- Muối và hạt tiêu cho vừa ăn

- nước tương, ¼ muỗng cà phê

- Bơ, 1 muỗng cà phê

- Sữa chua Hy Lạp, 2 muỗng canh

Hướng dẫn:

Trên lửa vừa, làm nóng lò nướng. Trộn bơ, đường, sữa chua, nước cốt chanh, nước tương và gia vị trong một cái bát. Đun nóng hỗn hợp trong chảo. Sử dụng hỗn hợp này để chải bít tết khi nướng trên vỉ nướng. Phục vụ nóng.

Dinh dưỡng (cho 100g):412 Calo 19,4g Chất béo 7,6g Tinh bột 11g Protein 788mg Natri

Vẹm O'Marine

Thời gian chuẩn bị: 20 phút

giờ nấu ăn: 10 phút

Khẩu phần: 2

Mức độ khó: dễ

Thành phần:

- Trai, chà và bóc vỏ, 1 pound
- Nước cốt dừa, ½ cốc
- Ớt cayenne, 1 muỗng cà phê
- Nước cốt chanh tươi, 1 muỗng canh
- Tỏi, 1 muỗng cà phê, băm nhỏ
- Rau mùi tươi xắt nhỏ để trang trí
- Đường nâu, 1 muỗng cà phê

Hướng dẫn:

Trộn tất cả nguyên liệu trong chảo, trừ trai. Đun nóng hỗn hợp và đun sôi. Thêm hến và nấu trong 10 phút. Dọn ra đĩa với nước đun sôi.

Dinh dưỡng (cho 100g):483 Calo 24,4g Chất béo 21,6g Carbohydrate 1,2g Protein 499mg Natri

Thịt bò nướng Địa Trung Hải trong nồi nấu chậm

Thời gian chuẩn bị: 10 phút

giờ nấu ăn: 10 giờ 10 phút

Khẩu phần: 6

Độ khó: trung bình

Thành phần:

- 3 pound Chuck Roast, không xương
- 2 muỗng cà phê hương thảo
- ½ chén cà chua phơi nắng, xắt nhỏ
- 10 tép tỏi băm nhỏ
- ½ chén nước dùng thịt bò
- 2 muỗng canh giấm balsamic
- ¼ chén mùi tây Ý xắt nhỏ, tươi
- ¼ chén ô liu xắt nhỏ
- 1 muỗng cà phê vỏ chanh
- ¼ chén bột phô mai

Hướng dẫn:

Trong chảo, đặt tỏi, cà chua khô và thịt bò nướng. Thêm nước dùng thịt bò và hương thảo. Đóng bếp và nấu chậm trong 10 giờ.

Sau khi nấu chín, vớt thịt ra và xé nhỏ thịt. Vứt bỏ chất béo. Cho thịt đã xay trở lại chảo và nấu trong 10 phút. Trong một bát nhỏ, kết hợp vỏ chanh, rau mùi tây và ô liu. Làm lạnh hỗn hợp cho đến khi sẵn sàng phục vụ. Trang trí với hỗn hợp ướp lạnh.

Phục vụ trên mì ống hoặc mì trứng. Phủ bột phô mai.

Dinh dưỡng (cho 100g):314 Calo 19g Chất béo 1g Carbohydrate 32g Protein 778mg Natri

Nồi nấu chậm thịt bò Địa Trung Hải với atisô

Thiết lập thời gian: 3 giờ 20 phút

giờ nấu ăn: 7 giờ 8 phút

Khẩu phần: 6

Mức độ khó: dễ

Thành phần:

- 2 pound thịt bò để hầm
- 14 ounce trái tim atisô
- 1 muỗng canh dầu hạt nho
- 1 củ hành tây trong khối
- 32 ounce nước dùng thịt bò
- 4 tép tỏi băm nhỏ
- 14½ ounce cà chua đóng hộp, thái hạt lựu
- 15 ounce nước sốt cà chua
- 1 muỗng cà phê oregano khô
- ½ chén ô liu xắt nhỏ
- 1 muỗng cà phê mùi tây khô
- 1 muỗng cà phê oregano khô
- ½ muỗng cà phê bột thì là
- 1 muỗng cà phê húng quế khô
- 1 lá nguyệt quế
- ½ muỗng cà phê muối

Hướng dẫn:

Trong một chảo chống dính lớn, đổ một ít dầu và đặt trên lửa vừa cao. Nướng thịt cho đến khi chín vàng cả hai mặt. Chuyển thịt vào nồi nấu chậm.

Thêm nước dùng thịt, cà chua thái hạt lựu, nước sốt cà chua, muối và trộn. Đổ nước dùng thịt, cà chua thái hạt lựu, lá oregano, ô liu, húng quế, rau mùi tây, lá nguyệt quế và thìa là. Kết hợp hoàn toàn hỗn hợp.

Đóng và nấu trên lửa nhỏ trong 7 giờ. Bỏ lá nguyệt quế khi phục vụ. Phục vụ nóng.

Dinh dưỡng (cho 100g):416 Calo 5g Chất béo 14,1g Carbohydrate 29,9g Protein 811mg Natri

Pot Roast phong cách Địa Trung Hải Skinny Slow Cooker

Thời gian chuẩn bị: 30 phút

Thời gian nấu: 8 giờ

Khẩu phần: 10

Mức độ khó: khó

Thành phần:

- mắt nướng tròn 4 pound
- 4 tép tỏi
- 2 muỗng cà phê dầu ô liu
- 1 muỗng cà phê tiêu đen mới xay
- 1 chén hành tây xắt nhỏ
- 4 củ cà rốt xắt nhỏ
- 2 muỗng cà phê hương thảo khô
- 2 nhánh cần tây xắt nhỏ
- 28 ounce cà chua nghiền đóng hộp
- 1 chén nước dùng thịt bò natri thấp
- 1 chén rượu vang đỏ
- 2 thìa cà phê muối

Hướng dẫn:

Nêm thịt bò nướng với muối, tỏi và hạt tiêu và đặt sang một bên. Đổ dầu vào chảo không dính và đặt trên lửa vừa cao. Đặt thịt và nướng cho đến khi vàng ở tất cả các mặt. Bây giờ, chuyển thịt bò nướng vào nồi nấu chậm 6 lít. Thêm cà rốt, hành tây, hương thảo và cần tây vào chảo. Tiếp tục nấu cho đến khi hành tây và rau mềm.

Thêm cà chua và rượu vào hỗn hợp rau này. Thêm nước dùng thịt bò và hỗn hợp cà chua vào nồi nấu chậm cùng với hỗn hợp rau. Đóng và nấu trên lửa nhỏ trong 8 giờ.

Sau khi thịt chín, lấy thịt ra khỏi nồi nấu chậm, đặt lên thớt và bọc trong giấy nhôm. Để làm đặc nước sốt, chuyển sang một cái chảo và đun sôi trên lửa nhỏ cho đến khi đạt được độ đặc mong muốn. Loại bỏ chất béo trước khi phục vụ.

Dinh dưỡng (cho 100g):260 Calo 6g Chất béo 8,7g Carbohydrate 37,6g Protein 588mg Natri

Bánh mì thịt nồi nấu chậm

Thời gian chuẩn bị: 10 phút

giờ nấu ăn: 6 giờ 10 phút

Khẩu phần: 8

Độ khó: trung bình

Thành phần:

- 2 pound bò rừng đất
- 1 quả bí xanh nạo
- 2 quả trứng lớn
- Xịt dầu ô liu khi cần thiết
- 1 quả bí xanh xắt nhỏ
- ½ chén rau mùi tây, tươi, thái nhỏ
- ½ chén phô mai parmesan nạo
- 3 muỗng canh giấm balsamic
- 4 tép tỏi nghiền
- 2 muỗng canh hành tây xắt nhỏ
- 1 muỗng canh oregano khô
- ½ muỗng cà phê tiêu đen xay
- ½ muỗng cà phê muối Kosher
- Lên mái nhà:
- ¼ chén phô mai mozzarella bào nhỏ
- ¼ chén sốt cà chua không đường
- ¼ chén rau mùi tây tươi xắt nhỏ

Hướng dẫn:

Lót bên trong nồi nấu chậm 6 lít bằng giấy nhôm. Xịt dầu ăn chống dính lên trên.

Trong một bát lớn, kết hợp thịt bò rừng xay hoặc thăn siêu mịn, bí ngòi, trứng, rau mùi tây, giấm balsamic, tỏi, rau oregano khô, muối biển hoặc muối kosher, hành khô băm nhỏ và tiêu đen xay.

Cho hỗn hợp này vào nồi nấu chậm và nặn thành hình thuôn dài. Đậy vung, đun lửa nhỏ trong 6 tiếng. Sau khi nấu, mở bếp và phết sốt cà chua lên khắp mặt bánh.

Bây giờ, đặt phô mai lên trên sốt cà chua như một lớp mới và đóng nồi nấu chậm. Để bánh mì thịt nằm trên hai lớp này trong khoảng 10 phút hoặc cho đến khi pho mát bắt đầu tan chảy. Trang trí với mùi tây tươi và phô mai mozzarella bào.

Dinh dưỡng (cho 100g): 320 Calo 2g Chất béo 4g Tinh bột 26g Protein 681mg Natri

Thịt bò Địa Trung Hải nấu chậm

Thời gian chuẩn bị: 10 phút

Thời gian nướng: 13 giờ

Khẩu phần: 6

Độ khó: trung bình

Thành phần:

- 3 pound thịt bò nạc nướng
- ½ muỗng cà phê bột hành
- ½ muỗng cà phê tiêu đen
- 3 chén nước dùng thịt bò natri thấp
- 4 muỗng cà phê nước sốt salad
- 1 lá nguyệt quế
- 1 muỗng canh tỏi băm
- 2 quả ớt chuông đỏ, thái lát mỏng
- 16 ounce Pepperoncino
- 8 lát Trung sĩ Provolone, mỏng
- 2 ounce bánh mì không chứa gluten
- ½ muỗng cà phê muối
- <u>Đến mùa:</u>
- 1½ muỗng canh bột hành
- 1 ½ muỗng canh bột tỏi
- 2 muỗng canh mùi tây khô
- 1 muỗng canh cỏ ngọt
- ½ thìa húng tây khô

- 1 muỗng canh oregano khô
- 2 muỗng canh tiêu đen
- 1 thìa muối
- 6 lát phô mai

Hướng dẫn:

Thấm khô thịt nướng bằng khăn giấy. Kết hợp hạt tiêu đen, bột hành tây và muối trong một cái bát nhỏ và chà xát hỗn hợp lên món nướng. Đặt thịt nướng đã tẩm gia vị vào nồi nấu chậm.

Thêm nước dùng, hỗn hợp trộn salad, lá nguyệt quế và tỏi vào nồi nấu chậm. Kết hợp nó nhẹ nhàng. Đóng và đặt ở nhiệt độ thấp trong 12 giờ. Sau khi nấu, loại bỏ lá nguyệt quế.

Thịt chín vớt ra, xé nhỏ. Cho thịt đã xé vào lại và thêm ớt và. Đặt ớt chuông và pepperoncino vào nồi nấu chậm. Đậy nắp bếp và nấu trên lửa nhỏ trong 1 giờ. Trước khi ăn, cho 85 gam hỗn hợp thịt lên trên mỗi chiếc bánh. Che với một lát pho mát. Nước sốt lỏng có thể được sử dụng như nước sốt.

Dinh dưỡng (cho 100g):442 Calo 11,5g Chất béo 37g Carbohydrate 49g Protein 735mg Natri

thịt lợn nướng Địa Trung Hải

Thời gian chuẩn bị: 10 phút

giờ nấu ăn: 8 giờ 10 phút

Khẩu phần: 6

Độ khó: trung bình

Thành phần:

- 2 muỗng canh dầu ô liu
- 2 cân thịt lợn nướng
- ½ muỗng cà phê ớt bột
- ¾ chén nước luộc gà
- 2 muỗng cà phê cây xô thơm khô
- ½ muỗng canh tỏi băm
- ¼ muỗng cà phê kinh giới khô
- ¼ muỗng cà phê hương thảo khô
- 1 muỗng cà phê oregano
- ¼ muỗng cà phê cỏ xạ hương khô
- 1 muỗng cà phê húng quế
- ¼ muỗng cà phê muối Kosher

Hướng dẫn:

Trong một bát nhỏ, kết hợp nước dùng, dầu, muối và gia vị. Trong chảo đổ dầu ô liu và dẫn đến nhiệt độ trung bình cao. Thêm thịt lợn và nướng cho đến khi tất cả các mặt có màu nâu vàng.

Lấy thịt lợn ra sau khi nấu và dùng dao chọc vào toàn bộ thịt nướng. Đặt thịt lợn nướng xắt nhỏ vào nồi sành 6 lít. Bây giờ, đổ chất lỏng từ bát nhỏ lên thịt nướng.

Đậy nắp nồi đất sét và nấu trên lửa nhỏ trong 8 giờ. Sau khi nấu chín, vớt ra khỏi niêu đất đặt trên thớt và bẻ thành từng miếng. Sau đó cho thịt lợn đã kéo trở lại nồi nấu chậm. Nấu thêm 10 phút nữa. Ăn kèm với phô mai feta, bánh mì dẹt và cà chua.

Dinh dưỡng (cho 100g):361 Calo 10,4g Chất béo 0,7g Carbohydrate 43,8g Protein 980mg Natri

bánh pizza thịt

Thời gian chuẩn bị: 20 phút

giờ nấu ăn: 50 phút

Khẩu phần: 10

Mức độ khó: khó

Thành phần:

- <u>Đối với lớp vỏ:</u>
- 3 chén bột mì đa dụng
- 1 muỗng canh đường
- 2¼ thìa cà phê men khô hoạt tính
- 1 muỗng cà phê muối
- 2 muỗng canh dầu ô liu
- 1 cốc nước nóng
- <u>Đối với Bảo hiểm:</u>
- 1 kg thịt bò xay
- 1 củ hành vừa, xắt nhỏ
- 2 muỗng canh bột cà chua
- 1 muỗng canh thì là
- Muối và hạt tiêu đen xay, khi cần
- ¼ cốc nước
- 1 chén rau bina tươi xắt nhỏ
- 8 ounce trái tim atisô, chia thành bốn
- 4 ounces nấm tươi, thái lát

- 2 quả cà chua xắt nhỏ
- 4 ounce phô mai feta, vỡ vụn

Hướng dẫn:

Đối với lớp vỏ:

Đánh đều bột mì, đường, men và muối trong máy trộn đứng, sử dụng móc đánh bột. Thêm 2 muỗng canh dầu và nước ấm và nhào cho đến khi tạo thành một khối bột mịn, đàn hồi.

Tạo một quả bóng với bột và đặt sang một bên trong khoảng 15 phút.

Đặt bột lên một bề mặt bột nhẹ và cuộn thành hình tròn. Đặt bột vào khuôn bánh pizza tròn đã được bôi mỡ nhẹ và ấn nhẹ cho vừa. Đặt trong khoảng 10-15 phút. Phủ lớp vỏ với một ít dầu. Làm nóng lò ở 400 độ F.

Đối với bảo hiểm:

Chiên thịt trong chảo không dính trên lửa vừa cao trong khoảng 4-5 phút. Thêm hành tây và nấu trong khoảng 5 phút, khuấy liên tục. Thêm bột cà chua, thì là, muối, hạt tiêu đen và nước và trộn đều.

Đặt nhiệt ở mức trung bình và nấu trong khoảng 5-10 phút. Loại bỏ nhiệt và đặt sang một bên. Đổ hỗn hợp thịt lên đế bánh pizza và phủ rau bina lên trên, tiếp theo là atisô, nấm, cà chua và phô mai feta.

Nướng cho đến khi phô mai tan chảy. Lấy ra khỏi lò và để khoảng 3-5 phút trước khi cắt. Cắt thành lát có kích thước mong muốn và phục vụ.

Dinh dưỡng (cho 100g):309 Calo 8,7g Chất béo 3,7g Carbohydrate 3,3g Protein 732mg Natri

Thịt bò và thịt viên bulgur

Thời gian chuẩn bị: 20 phút

giờ nấu ăn: 28 phút

Khẩu phần: 6

Độ khó: trung bình

Thành phần:

- ¾ chén bulgur thô
- 1 kg thịt bò xay
- ¼ chén hẹ tây, xắt nhỏ
- ¼ chén mùi tây tươi xắt nhỏ
- ½ thìa cà phê tiêu xay
- ½ muỗng cà phê thì là
- ½ muỗng cà phê bột quế
- ¼ muỗng cà phê hạt tiêu đỏ, nghiền nát
- Muối khi cần thiết
- 1 muỗng canh dầu ô liu

Hướng dẫn:

Trong một bát nước lạnh lớn, ngâm bulgur trong khoảng 30 phút. Để ráo lúa mì và sau đó vắt bằng tay để loại bỏ nước thừa. Trong một bộ xử lý thực phẩm, thêm bulgur, thịt bò, hẹ tây, rau mùi tây, gia vị, muối và xung cho đến khi mịn.

Cho hỗn hợp vào tô và cho vào tủ lạnh, đậy nắp trong khoảng 30 phút. Lấy ra khỏi tủ lạnh và tạo thành những viên có kích thước bằng nhau với hỗn hợp thịt. Trong một chảo chống dính lớn, đun nóng dầu trên lửa vừa và cao và nấu thịt viên thành 2 mẻ trong khoảng 13-14 phút, lật thường xuyên. Phục vụ nó nóng.

Dinh dưỡng (cho 100g):228 Calo 7,4g Chất béo 0,1g Carbohydrate 3,5g Protein 766mg Natri

Thịt bò ngon và bông cải xanh

Thời gian chuẩn bị: 10 phút

giờ nấu ăn: 15 phút

Khẩu phần: 4

Mức độ khó: dễ

Thành phần:

- 1 và ½ cân Anh. sườn bò
- 1 muỗng canh. dầu
- 1 muỗng canh. tương tamari
- 1 chén nước dùng thịt bò
- 1 pound bông cải xanh, tách hoa

Hướng dẫn:

Kết hợp các dải bít tết với dầu và tương tamari, trộn đều và để riêng trong 10 phút. Đặt Instant Pot của bạn ở chế độ xào, đặt các dải thịt bò và làm nâu chúng trong 4 phút ở mỗi bên. Thêm nước dùng, đậy nắp chảo lại và nấu ở nhiệt độ cao trong 8 phút. Thêm bông cải xanh, đậy nắp và nấu trên lửa lớn thêm 4 phút nữa. Chia mọi thứ giữa các đĩa và phục vụ. Đánh giá!

Dinh dưỡng (cho 100g):312 Calo 5g Chất béo 20g Tinh bột 4g Protein 694mg Natri

ớt bắp bò

Thời gian chuẩn bị: 8-10 phút

giờ nấu ăn: 30 phút

Khẩu phần: 8

Độ khó: trung bình

Thành phần:

- 2 củ hành nhỏ xắt nhỏ (mịn)
- ¼ chén ngô đóng hộp
- 1 muỗng canh dầu
- 10 ounce thịt bò nạc xay
- 2 quả ớt nhỏ, xắt nhỏ

Hướng dẫn:

Bật Instant Pot. Nhấp vào "SAUTE". Đổ dầu vào và thêm hành tây, ớt và thịt; nấu cho đến khi mờ và mềm. Đổ 3 cốc nước vào chảo; trộn đều.

Đóng nắp lại. Chọn " THỊT/HẤP". Đặt hẹn giờ thành 20 phút. Hãy để nó nấu cho đến khi bộ đếm thời gian dừng lại.

Nhấp vào "CANCEL" và sau đó "NPR" để giải phóng áp suất tự nhiên trong khoảng 8-10 phút. Mở và đặt món ăn vào đĩa phục vụ. Phục vụ.

Dinh dưỡng (cho 100g):94 Calo 5g Chất béo 2g Tinh bột 7g Protein 477mg Natri

đĩa thịt balsamic

Thời gian chuẩn bị: 5 phút

giờ nấu ăn: 55 phút

Khẩu phần: 8

Độ khó: trung bình

Thành phần:

- 3 pound thịt bò nướng
- 3 tép tỏi, thái lát mỏng
- 1 muỗng canh dầu
- 1 muỗng cà phê giấm hương vị
- ½ thìa cà phê tiêu
- ½ muỗng cà phê hương thảo
- 1 muỗng canh bơ
- ½ muỗng cà phê húng tây
- ¼ chén giấm balsamic
- 1 chén nước dùng thịt bò

Hướng dẫn:

Cắt lát thành lát nướng và nhét vào lát tỏi. Kết hợp giấm có hương vị, hương thảo, hạt tiêu, cỏ xạ hương và chà xát hỗn hợp trên nướng. Chọn chảo ở chế độ xào và cho dầu ăn vào, để dầu nóng lên. Nướng cả hai mặt.

Hủy bỏ nó và cuốn sách. Thêm bơ, nước dùng, giấm balsamic và lấy lớp tráng men ra khỏi chảo. Quay trở lại rang và đóng nắp, sau đó nấu ở áp suất CAO trong 40 phút.

Thực hiện một phát hành nhanh chóng. Phục vụ!

Dinh dưỡng (cho 100g):393 Calo 15g Chất béo 25g Tinh bột 37g Protein 870mg Natri

Bò nướng nước tương

Thời gian chuẩn bị: 8 phút

giờ nấu ăn: 35 phút

Khẩu phần: 2-3

Độ khó: trung bình

Thành phần:

- ½ muỗng cà phê nước dùng thịt bò
- 1 ½ muỗng cà phê hương thảo
- ½ muỗng cà phê tỏi băm
- 2 pound thịt bò nướng
- 1/3 chén nước tương

Hướng dẫn:

Kết hợp nước tương, nước dùng, hương thảo và tỏi trong một cái bát.

Bật Instant Pot của bạn. Đặt vỉ nướng và đổ nước vừa đủ ngập vỉ nướng; khuấy nhẹ để trộn đều. Niêm phong tốt.

Bấm vào chức năng nấu "MEAT/HƯỚNG"; đặt mức áp suất thành "CAO" và đặt thời gian nấu thành 35 phút. Để áp suất tăng lên để nấu nguyên liệu. Sau khi hoàn tất, nhấp vào cài đặt "CANCEL" và nhấp vào chức năng nấu "NPR" để giải phóng áp suất một cách tự nhiên.

Mở nắp từ từ và xé nhỏ thịt. Trộn thịt bò đã xé trở lại vào hỗn hợp bầu và khuấy đều. Chuyển vào thùng chứa để phục vụ. Phục vụ nó nóng.

Dinh dưỡng (cho 100g):423 Calo 14g Chất béo 12g Tinh bột 21g Protein 884mg Natri

Thịt bò Alecrim Chuck nướng

Thời gian chuẩn bị: 5 phút

giờ nấu ăn: 45 phút

Khẩu phần: 5-6

Độ khó: trung bình

Thành phần:

- 3 pound thịt bò nướng
- 3 tép tỏi
- ¼ chén giấm balsamic
- 1 nhánh hương thảo tươi
- 1 nhánh húng tây tươi
- 1 cốc nước
- 1 muỗng canh dầu thực vật
- Muối và hạt tiêu cho vừa ăn

Hướng dẫn:

Cắt lát thịt bò nướng và đặt tép tỏi trong đó. Chà thịt nướng với các loại thảo mộc, hạt tiêu đen và muối. Làm nóng trước Instant Pot của bạn bằng cách sử dụng cài đặt xào và đổ dầu vào. Khi đun nóng, cho thịt bò nướng vào xào nhanh tay cho đến khi chín vàng đều các mặt. Thêm các thành phần còn lại; khuấy động nhẹ nhàng.

Đậy kín và nấu ở nhiệt độ cao trong 40 phút bằng cài đặt thủ công. Để áp suất giải phóng tự nhiên, khoảng 10 phút. Mở nắp và đặt thịt quay vào đĩa phục vụ, cắt lát và phục vụ.

Dinh dưỡng (cho 100g):542 Calo 11,2g Chất béo 8,7g Carbohydrate 55,2g Protein 710mg Natri

Sườn heo và sốt cà chua

Thời gian chuẩn bị: 10 phút

giờ nấu ăn: 20 phút

Khẩu phần: 4

Mức độ khó: dễ

Thành phần:

- 4 miếng sườn heo, rút xương
- 1 muỗng canh nước tương
- ¼ muỗng cà phê dầu mè
- 1 và ½ chén bột cà chua
- 1 củ hành vàng
- 8 cây nấm thái lát

Hướng dẫn:

Trong một cái bát, trộn sườn heo với nước tương và dầu mè, trộn đều và để trong 10 phút. Đặt Instant Pot của bạn ở chế độ áp chảo, thêm sườn heo và chiên vàng mỗi mặt trong 5 phút. Thêm hành tây và nấu thêm 1-2 phút nữa. Thêm bột cà chua và nấm, trộn đều, đậy nắp và nấu ở nhiệt độ cao trong 8-9 phút. Chia mọi thứ giữa các đĩa và phục vụ. Đánh giá!

Dinh dưỡng (cho 100g):300 calo 7g chất béo 18g carbs 4g protein 801mg natri

Gà sốt Caper

Thời gian chuẩn bị: 10 phút

giờ nấu ăn: 18 phút

Khẩu phần: 5

Mức độ khó: khó

Thành phần:

- <u>Đối với gà:</u>
- 2 quả trứng
- Muối và hạt tiêu đen xay, khi cần
- 1 chén vụn bánh mì khô
- 2 muỗng canh dầu ô liu
- 1 pound ức gà không xương, không da, xé nhỏ độ dày ¾ inch và cắt thành từng miếng
- <u>Đối với nước sốt bạch hoa:</u>
- 3 muỗng canh nụ bạch hoa
- ½ chén rượu trắng khô
- 3 thìa nước cốt chanh tươi
- Muối và hạt tiêu đen xay, khi cần
- 2 muỗng canh mùi tây tươi, băm nhỏ

Hướng dẫn:

Đối với thịt gà: Trong một đĩa nông, thêm trứng, muối và hạt tiêu đen và đánh cho đến khi kết hợp tốt. Trong một đĩa nông khác, đặt vụn bánh mì. Nhúng miếng gà vào hỗn hợp trứng và phủ đều với vụn bánh mì. Lắc vụn bánh mì thừa.

Đun dầu trên lửa vừa và nấu các miếng gà trong khoảng 5-7 phút cho mỗi mặt hoặc cho đến khi chín mong muốn. Với một cái muỗng có rãnh, đặt các miếng thịt gà lên đĩa có lót khăn giấy. Dùng một miếng giấy nhôm bọc miếng thịt gà để giữ ấm.

Trong cùng một chảo, thêm tất cả các thành phần nước sốt trừ rau mùi tây và nấu trong khoảng 2-3 phút, khuấy liên tục. Khuấy mùi tây và loại bỏ nhiệt. Phục vụ các miếng thịt gà phủ sốt caper.

Dinh dưỡng (cho 100g):352 Calo 13,5g Chất béo 1,9g Carbohydrate 1,2g Protein 741mg Natri

Burgers Thổ Nhĩ Kỳ với Sốt Xoài

Thời gian chuẩn bị: 15 phút

giờ nấu ăn: 10 phút

Khẩu phần: 6

Mức độ khó: dễ

Thành phần:

- 1 ½ pound ức gà tây xay
- 1 muỗng cà phê muối biển, chia
- ¼ thìa cà phê tiêu đen mới xay
- 2 muỗng canh dầu ô liu nguyên chất
- 2 quả xoài, gọt vỏ, bỏ hạt và thái hạt lựu
- ½ củ hành tím, băm nhỏ
- nước cốt 1 quả chanh
- 1 nhánh tỏi băm
- ½ quả ớt jalapeno, bỏ hạt và thái nhỏ
- 2 muỗng canh lá rau mùi tươi xắt nhỏ

Hướng dẫn:

Nắn ức gà tây thành 4 miếng và nêm ½ thìa muối biển và tiêu. Đun dầu trong chảo chống dính cho đến khi nó bắt đầu sáng bóng. Thêm miếng gà tây và nấu khoảng 5 phút cho mỗi bên cho đến khi vàng nâu. Trong khi nấu chả, trộn xoài, hành tím, nước cốt chanh, tỏi, ớt jalapeño, ngò và ½ thìa muối biển còn lại trong một bát nhỏ. Thìa salsa trên miếng gà tây và phục vụ.

Dinh dưỡng (cho 100g):384 Calo 3g Chất béo 27g Tinh bột 34g Protein 692mg Natri

Ức gà tây nướng với các loại thảo mộc

Thời gian chuẩn bị: 15 phút

giờ nấu ăn: 1 tiếng rưỡi (cộng thêm 20 phút nghỉ ngơi)

Khẩu phần: 6

Độ khó: trung bình

Thành phần:

- 2 muỗng canh dầu ô liu nguyên chất
- 4 tép tỏi băm nhỏ
- vỏ của 1 quả chanh
- 1 muỗng canh lá húng tây tươi xắt nhỏ
- 1 muỗng canh lá hương thảo tươi xắt nhỏ
- 2 muỗng canh lá mùi tây Ý tươi
- 1 muỗng cà phê mù tạt
- 1 muỗng cà phê muối biển
- ¼ thìa cà phê tiêu đen mới xay
- 1 (6 pound) ức gà tây còn da, có xương
- 1 chén rượu trắng khô

Hướng dẫn:

Làm nóng lò ở nhiệt độ 325°F. Trộn dầu ô liu, tỏi, vỏ chanh, cỏ xạ hương, hương thảo, rau mùi tây, mù tạt, muối biển và tiêu. Chải đều hỗn hợp thảo mộc lên bề mặt ức gà tây, nới lỏng da và chà cả bên dưới. Đặt ức gà tây vào chảo rang trên giá dây, mặt da hướng lên trên.

Đổ rượu vào chảo. Nướng trong 1 đến 1 tiếng rưỡi cho đến khi gà tây đạt đến nhiệt độ bên trong là 165 độ F. Lấy ra khỏi lò và để riêng trong 20 phút, phủ giấy bạc để giữ ấm trước khi cắt lát.

Dinh dưỡng (cho 100g): 392 Calo 1g Chất béo 2g Tinh bột 84g Protein 741mg Natri

Xúc xích gà và ớt

Thời gian chuẩn bị: 10 phút

giờ nấu ăn: 20 phút

Khẩu phần: 6

Độ khó: trung bình

Thành phần:

- 2 muỗng canh dầu ô liu nguyên chất
- 6 link xúc xích gà kiểu Ý
- 1 củ hành tây
- 1 quả ớt đỏ
- 1 quả ớt xanh
- 3 tép tỏi băm nhỏ
- ½ chén rượu trắng khô
- ½ muỗng cà phê muối biển
- ¼ thìa cà phê tiêu đen mới xay
- Nhặt mảnh ớt đỏ

Hướng dẫn:

Nấu dầu trong chảo lớn cho đến khi nó bắt đầu lấp lánh. Thêm xúc xích và nấu từ 5 đến 7 phút, thỉnh thoảng trở mặt cho đến khi chúng chín vàng và đạt nhiệt độ bên trong là 165°F. Dùng kẹp gắp xúc xích ra khỏi chảo và đặt sang một bên đĩa, đậy bằng giấy bạc để giữ ấm .nó nóng lên.

Bắc chảo lên bếp và cho hành tây, ớt đỏ và ớt xanh vào đảo đều. Thỉnh thoảng nấu và khuấy cho đến khi rau bắt đầu chuyển sang màu nâu. Thêm tỏi và nấu trong 30 giây, khuấy liên tục.

Cho rượu, muối biển, hạt tiêu và ớt đỏ vào khuấy đều. Loại bỏ và gấp trong bất kỳ phần màu nâu nào từ đáy chảo. Nấu thêm khoảng 4 phút, khuấy đều cho đến khi chất lỏng giảm đi một nửa. Rắc ớt lên xúc xích và phục vụ.

Dinh dưỡng (cho 100g):173 Calo 1g Chất béo 6g Tinh bột 22g Protein 582mg Natri

thịt gà băm nhỏ

Thời gian chuẩn bị: 10 phút

giờ nấu ăn: 15 phút

Khẩu phần: 6

Độ khó: trung bình

Thành phần:

- ½ chén bột mì nguyên cám
- ½ muỗng cà phê muối biển
- 1/8 muỗng cà phê tiêu đen mới xay
- 1 ½ pound ức gà, cắt thành 6 miếng
- 3 muỗng canh dầu ô liu nguyên chất
- 1 chén nước dùng gà không ướp muối
- ½ chén rượu trắng khô
- nước cốt 1 quả chanh
- vỏ của 1 quả chanh
- ¼ chén nụ bạch hoa, để ráo nước và rửa sạch
- ¼ chén lá mùi tây tươi xắt nhỏ

Hướng dẫn:

Trong một cái đĩa nông, đánh bột mì, muối biển và hạt tiêu. Nhúng gà vào bột và rũ bỏ phần thừa. Nấu dầu cho đến khi nó bắt đầu lung linh.

Đặt gà và nấu khoảng 4 phút cho mỗi bên cho đến khi vàng nâu.
Lấy gà ra khỏi chảo và đặt sang một bên, lót bằng giấy nhôm để giữ
ấm.

Cho chảo trở lại nhiệt và thêm nước dùng, rượu, nước cốt chanh,
vỏ chanh và nụ bạch hoa. Sử dụng một mặt của thìa và gấp các
phần màu nâu từ đáy chảo vào. Nấu cho đến khi chất lỏng đặc lại.
Lấy chảo ra khỏi bếp và cho gà trở lại chảo. Chuyển sang áo khoác.
Thêm mùi tây và phục vụ.

Dinh dưỡng (cho 100g):153 Calo 2g Chất béo 9g Tinh bột 8g
Protein 692mg Natri

gà Tuscany

Thời gian chuẩn bị: 10 phút

giờ nấu ăn: 25 phút

Khẩu phần: 6

Mức độ khó: khó

Thành phần:

- ¼ chén dầu ô liu nguyên chất, chia
- 1 pound ức gà không da không xương, cắt thành miếng ¾ inch
- 1 củ hành tây xắt nhỏ
- 1 quả ớt đỏ xắt nhỏ
- 3 tép tỏi băm nhỏ
- ½ chén rượu trắng khô
- 1 lon (14 ounces) cà chua nghiền, không để ráo nước
- 1 lon cà chua xắt nhỏ, để ráo nước
- 1 lon (14 ounces) đậu thận trắng, để ráo nước
- 1 muỗng canh gia vị khô của Ý
- ½ muỗng cà phê muối biển
- 1/8 muỗng cà phê tiêu đen mới xay
- 1/8 muỗng cà phê hạt tiêu đỏ
- ¼ chén lá húng quế tươi xắt nhỏ

Hướng dẫn:

Nấu 2 muỗng canh dầu ô liu cho đến khi nó bắt đầu sáng bóng. Khuấy thịt gà và nấu cho đến khi chín. Lấy gà ra khỏi chảo và đặt lên đĩa, phủ giấy nhôm để giữ ấm.

Bắc chảo trở lại nhiệt và đun nóng dầu còn lại. Thêm hành tây và ớt chuông đỏ. Thỉnh thoảng nấu và khuấy cho đến khi rau mềm. Thêm tỏi và nấu trong 30 giây, khuấy liên tục.

Thêm rượu và sử dụng mặt thìa để loại bỏ bất kỳ phần màu nâu nào ở đáy chảo. Nấu trong 1 phút, khuấy đều.

Khuấy cà chua nghiền và xắt nhỏ, đậu trắng, gia vị Ý, muối biển, hạt tiêu và ớt đỏ. Để nó sôi. Nấu trong 5 phút, thỉnh thoảng khuấy.

Trả lại thịt gà và bất kỳ loại nước trái cây tích tụ nào vào chảo. Nấu cho đến khi gà chín. Tắt bếp và cho húng quế vào khuấy đều trước khi ăn.

Dinh dưỡng (cho 100g):271 Calo 8g Chất béo 29g Tinh bột 14g Protein 596mg Natri

gà kapama

Thời gian chuẩn bị: 10 phút

Thời gian nấu: 2 giờ

Khẩu phần: 4

Độ khó: trung bình

Thành phần:

- 1 lon (32 ounce) cà chua xắt nhỏ, để ráo nước
- ¼ chén rượu trắng khô
- 2 muỗng canh bột cà chua
- 3 muỗng canh dầu ô liu nguyên chất
- ¼ muỗng cà phê hạt tiêu đỏ
- 1 muỗng cà phê tiêu xay
- ½ muỗng cà phê oregano khô
- 2 cây đinh hương
- 1 thanh quế
- ½ muỗng cà phê muối biển
- 1/8 muỗng cà phê tiêu đen mới xay
- 4 nửa ức gà không xương, không da

Hướng dẫn:

Kết hợp cà chua, rượu vang, bột cà chua, dầu ô liu, mảnh ớt đỏ, hạt tiêu, lá oregano, đinh hương, thanh quế, muối biển và hạt tiêu trong một cái chảo lớn. Đun sôi, thỉnh thoảng khuấy. Để nhỏ lửa trong 30 phút, thỉnh thoảng khuấy. Lấy và loại bỏ tất cả đinh hương và thanh quế khỏi nước sốt và để nguội.

Làm nóng lò ở 350 ° F. Đặt gà vào đĩa nướng 9 x 13 inch. Đổ nước sốt lên gà và đậy chảo bằng giấy nhôm. Tiếp tục nướng cho đến khi bạn đạt đến nhiệt độ bên trong là 165°F.

Dinh dưỡng (cho 100g):220 Calo 3g Chất béo 11g Tinh bột 8g Protein 923mg Natri

Ức gà nhồi rau bina và Feta

Thời gian chuẩn bị: 10 phút

giờ nấu ăn: 45 phút

Khẩu phần: 4

Độ khó: trung bình

Thành phần:

- 2 muỗng canh dầu ô liu nguyên chất
- 1 pound rau bina tươi
- 3 tép tỏi băm nhỏ
- vỏ của 1 quả chanh
- ½ muỗng cà phê muối biển
- 1/8 muỗng cà phê tiêu đen mới xay
- ½ chén phô mai feta vụn
- 4 ức gà không xương, không da

Hướng dẫn:

Làm nóng lò ở nhiệt độ 350°F. Nấu dầu ô liu trên lửa vừa cho đến khi dầu bắt đầu óng ánh. Thêm rau bina. Tiếp tục nấu và khuấy cho đến khi héo.

Khuấy tỏi, vỏ chanh, muối biển và hạt tiêu. Nấu trong 30 giây, khuấy liên tục. Để nguội một chút và trộn phô mai.

Trải hỗn hợp rau bina và phô mai thành một lớp đều trên các miếng thịt gà và bọc phần ức xung quanh lớp nhân. Cố định bằng tăm hoặc dây bện của người bán thịt. Đặt ức vào đĩa nướng 9 x 13 inch và nướng trong 30 đến 40 phút hoặc cho đến khi gà có nhiệt độ bên trong là 165 ° F. Lấy ra khỏi lò và để riêng trong 5 phút trước khi cắt lát và ăn.

Dinh dưỡng (cho 100g):263 Calo 3g Chất béo 7g Tinh bột 17g Protein 639mg Natri

Đùi gà nướng hương thảo

Thời gian chuẩn bị: 5 phút

Thời gian nấu: 1 giờ

Khẩu phần: 6

Mức độ khó: dễ

Thành phần:

- 2 muỗng canh lá hương thảo tươi xắt nhỏ
- 1 muỗng cà phê bột tỏi
- ½ muỗng cà phê muối biển
- 1/8 muỗng cà phê tiêu đen mới xay
- vỏ của 1 quả chanh
- 12 cái đùi gà

Hướng dẫn:

Làm nóng lò ở nhiệt độ 350°F. Cho lá hương thảo, bột tỏi, muối biển, hạt tiêu và vỏ chanh vào đảo đều.

Đặt dùi trống vào đĩa nướng 9 x 13 inch và rắc hỗn hợp hương thảo. Nướng cho đến khi gà đạt đến nhiệt độ bên trong là 165°F.

Dinh dưỡng (cho 100g):163 Calo 1g Chất béo 2g Carbohydrate 26g Protein 633mg Natri

Gà với hành tây, khoai tây, vả và cà rốt

Thời gian chuẩn bị: 5 phút

giờ nấu ăn: 45 phút

Khẩu phần: 4

Độ khó: trung bình

Thành phần:

- 2 chén khoai tây giống, giảm một nửa
- 4 quả sung tươi, cắt làm tư
- 2 củ cà rốt, thái sợi
- 2 muỗng canh dầu ô liu nguyên chất
- 1 muỗng cà phê muối biển, chia
- ¼ thìa cà phê tiêu đen mới xay
- 4 phần tư đùi gà
- 2 muỗng canh lá mùi tây tươi xắt nhỏ

Hướng dẫn:

Làm nóng lò ở nhiệt độ 425°F. Trong một bát nhỏ, trộn khoai tây, quả sung và cà rốt với dầu ô liu, ½ thìa muối biển và hạt tiêu. Trải vào đĩa nướng 9 x 13 inch.

Nêm gà với muối biển còn lại. Đặt lên trên các loại rau. Nướng cho đến khi rau mềm và thịt gà đạt nhiệt độ bên trong là 165°F. Rắc rau mùi tây và dùng.

Dinh dưỡng (cho 100g):429 Calo 4g Chất béo 27g Tinh bột 52g Protein 581mg Natri

Con quay gà với tzatziki

Thời gian chuẩn bị: 15 phút

giờ nấu ăn: 1 giờ 20 phút

Khẩu phần: 6

Độ khó: trung bình

Thành phần:

- ức gà nửa pound
- 1 củ hành tây, vắt kiệt nước
- 2 muỗng canh hương thảo khô
- 1 muỗng canh kinh giới khô
- 6 tép tỏi băm nhỏ
- ½ muỗng cà phê muối biển
- ¼ thìa cà phê tiêu đen mới xay
- Nước sốt Tzatziki

Hướng dẫn:

Làm nóng lò ở nhiệt độ 350°F. Cho thịt gà, hành tây, hương thảo, kinh giới, tỏi, muối biển và tiêu vào máy xay thực phẩm. Đánh cho đến khi hỗn hợp tạo thành hỗn hợp sệt. Ngoài ra, trộn các thành phần này với nhau trong một cái bát cho đến khi kết hợp tốt (xem mẹo chuẩn bị).

Nhấn hỗn hợp vào chảo ổ bánh mì. Nướng cho đến khi đạt đến 165 độ nhiệt độ bên trong. Lấy ra khỏi lò và để yên trong 20 phút trước khi cắt.

Cắt con quay và múc sốt tzatziki lên trên.

Dinh dưỡng (cho 100g):289 Calo 1g Chất béo 20g Carbohydrate 50g Protein 622mg Natri

Moussaka

Thời gian chuẩn bị: 10 phút

giờ nấu ăn: 45 phút

Khẩu phần: 8

Mức độ khó: khó

Thành phần:

- 5 muỗng canh dầu ô liu nguyên chất, chia

- 1 quả cà tím, thái lát (còn da)

- 1 củ hành tây xắt nhỏ

- 1 quả ớt chuông xanh, bỏ hạt và thái nhỏ

- Gà tây xay nửa pound

- 3 tép tỏi băm nhỏ

- 2 muỗng canh bột cà chua

- 1 lon cà chua xắt nhỏ, để ráo nước

- 1 muỗng canh gia vị Ý

- 2 muỗng cà phê nước sốt Worrouershire

- 1 muỗng cà phê oregano khô

- ½ muỗng cà phê bột quế

- 1 cốc sữa chua Hy Lạp không béo, không đường

- 1 quả trứng đánh tan

- ¼ thìa cà phê tiêu đen mới xay

- ¼ muỗng cà phê hạt nhục đậu khấu

- ¼ chén phô mai parmesan nạo

- 2 muỗng canh lá mùi tây tươi xắt nhỏ

Hướng dẫn:

Làm nóng lò ở 400 ° F. Nấu 3 muỗng canh dầu ô liu cho đến khi nó bắt đầu sáng bóng. Thêm các lát cà tím và nâu trong 3 đến 4 phút ở mỗi bên. Chuyển sang khăn giấy để ráo nước.

Bắc chảo lên bếp và đổ 2 muỗng canh dầu ô liu còn lại vào. Thêm hành tây và ớt xanh. Tiếp tục nấu cho đến khi rau mềm. Hủy bỏ từ chảo và đặt sang một bên.

Đun nóng chảo và cho gà tây vào đảo đều. Nấu trong khoảng 5 phút, dùng thìa nghiền nát cho đến khi có màu vàng nâu. Thêm tỏi và nấu trong 30 giây, khuấy liên tục.

Khuấy bột cà chua, cà chua, gia vị Ý, sốt Worrouershire, oregano và quế. Cho hành tây và ớt chuông trở lại chảo. Nấu trong 5 phút, khuấy đều. Kết hợp sữa chua, trứng, hạt tiêu, nhục đậu khấu và phô mai.

Xếp một nửa hỗn hợp thịt vào đĩa nướng 9 x 15 inch. Lớp với một nửa quả cà tím. Thêm hỗn hợp thịt còn lại và cà tím còn lại. Trải hỗn hợp sữa chua. Nướng cho đến khi vàng nâu. Trang trí với rau mùi tây và phục vụ.

Dinh dưỡng (cho 100g):338 Calo 5g Chất béo 16g Tinh bột 28g Protein 569mg Natri

Thịt lợn thăn với các loại thảo mộc và dijon

Thời gian chuẩn bị: 10 phút

giờ nấu ăn: 30 phút

Khẩu phần: 6

Độ khó: trung bình

Thành phần:

- ½ chén lá mùi tây Ý tươi, xắt nhỏ
- 3 muỗng canh lá hương thảo tươi, xắt nhỏ
- 3 muỗng canh lá húng tây tươi, xắt nhỏ
- 3 muỗng canh mù tạt dijon
- 1 muỗng canh dầu ô liu nguyên chất
- 4 tép tỏi băm nhỏ
- ½ muỗng cà phê muối biển
- ¼ thìa cà phê tiêu đen mới xay
- 1 thăn heo (1 ½ pounds)

Hướng dẫn:

Làm nóng lò nướng ở nhiệt độ 400°F. Cho rau mùi tây, hương thảo, húng tây, mù tạt, dầu ô liu, tỏi, muối biển và hạt tiêu vào đảo đều. Xử lý trong khoảng 30 giây cho đến khi mịn. Phết đều hỗn hợp lên thịt lợn và đặt lên khay nướng có viền.

Nướng cho đến khi thịt đạt đến nhiệt độ bên trong là 140 ° F. Lấy ra khỏi lò và để riêng trong 10 phút trước khi cắt lát và phục vụ.

Dinh dưỡng (cho 100g):393 Calo 3g Chất béo 5g Tinh bột 74g Protein 697mg Natri

Bò Bít Tết Rượu Vang Đỏ - Sốt Nấm

Thiết lập thời gian: phút cộng với 8 giờ để ướp

giờ nấu ăn: 20 phút

Khẩu phần: 4

Mức độ khó: khó

Thành phần:

- <u>Đối với nước xốt và bít tết</u>
- 1 chén rượu vang đỏ khô
- 3 tép tỏi băm nhỏ
- 2 muỗng canh dầu ô liu nguyên chất
- 1 muỗng canh nước tương natri thấp
- 1 muỗng canh cỏ xạ hương khô
- 1 muỗng cà phê mù tạt dijon
- 2 muỗng canh dầu ô liu nguyên chất
- 1 đến 1 ½ pound thịt bò bít tết, bít tết phẳng hoặc bít tết ba đầu
- <u>Đối với nước sốt nấm</u>
- 2 muỗng canh dầu ô liu nguyên chất
- Nửa ký nấm cremini, chia làm bốn
- ½ muỗng cà phê muối biển
- 1 muỗng cà phê cỏ xạ hương khô
- 1/8 muỗng cà phê tiêu đen mới xay
- 2 tép tỏi băm nhỏ

- 1 chén rượu vang đỏ khô

Hướng dẫn:

Để làm nước xốt và bít tết

Trong một bát nhỏ, kết hợp rượu, tỏi, dầu ô liu, nước tương, cỏ xạ hương và mù tạt. Đổ vào một chiếc túi có thể khóa lại và thêm bít tết. Làm lạnh bít tết để ướp trong 4 đến 8 giờ. Lấy bít tết ra khỏi nước ướp và lau khô bằng khăn giấy.

Nấu dầu trong chảo lớn cho đến khi nó bắt đầu sáng lấp lánh.

Đặt miếng bít tết và nấu trong khoảng 4 phút mỗi mặt cho đến khi có màu vàng đậm ở mỗi bên và miếng bít tết đạt nhiệt độ bên trong là 140°F. Lấy miếng bít tết ra khỏi chảo và đặt lên đĩa có phủ giấy bạc để giữ ấm. , trong khi chuẩn bị sốt nấm.

Khi nước sốt nấm đã hoàn thành, hãy cắt bít tết theo thớ thịt thành những lát dày ½ inch.

Để làm sốt nấm

Nấu dầu trong cùng một chảo trên lửa vừa cao. Thêm nấm, muối biển, húng tây và hạt tiêu. Nấu trong khoảng 6 phút, rất hiếm khi khuấy, cho đến khi nấm có màu nâu.

Xào tỏi. Cho rượu vào khuấy đều và dùng mặt thìa gỗ để múc bất kỳ phần nào có màu nâu ở đáy chảo. Nấu cho đến khi chất lỏng giảm một nửa. Dọn nấm bằng thìa trên bít tết.

Dinh dưỡng (cho 100g):405 Calo 5g Chất béo 7g Tinh bột 33g
Protein 842mg Natri

thịt viên Hy Lạp

Thời gian chuẩn bị: 20 phút

giờ nấu ăn: 25 phút

Khẩu phần: 4

Độ khó: trung bình

Thành phần:

- 2 lát bánh mì nguyên cám
- 1¼ pound gà tây xay
- 1 quả trứng
- ¼ chén vụn bánh mì làm từ lúa mì nguyên cám
- 3 tép tỏi băm nhỏ
- ¼ củ hành đỏ, nạo
- ¼ chén lá mùi tây Ý tươi xắt nhỏ
- 2 muỗng canh lá bạc hà tươi xắt nhỏ
- 2 muỗng canh lá oregano tươi xắt nhỏ
- ½ muỗng cà phê muối biển
- ¼ thìa cà phê tiêu đen mới xay

Hướng dẫn:

Làm nóng lò ở 350 ° F. Đặt giấy da hoặc giấy nhôm lên khay nướng.
Ngâm bánh mì dưới nước để làm ẩm và vắt phần thừa ra ngoài.
Bào bánh mì ướt thành những miếng nhỏ và đặt vào một cái bát
vừa.

Thêm gà tây, trứng, vụn bánh mì, tỏi, hành tím, rau mùi tây, bạc hà, lá oregano, muối biển và hạt tiêu. Trộn đều. Tạo thành ¼ quả bóng cỡ cốc từ hỗn hợp. Đặt các viên thịt lên khay nướng đã chuẩn bị và nướng trong khoảng 25 phút hoặc cho đến khi nhiệt độ bên trong đạt 165°F.

Dinh dưỡng (cho 100g):350 Calo 6g Chất béo 10g Tinh bột 42g Protein 842mg Natri

thịt cừu với đậu

Thời gian chuẩn bị: 10 phút

Thời gian nấu: 1 giờ

Khẩu phần: 6

Mức độ khó: khó

Thành phần:

- ¼ chén dầu ô liu nguyên chất, chia
- 6 miếng sườn cừu không mỡ
- 1 muỗng cà phê muối biển, chia
- ½ muỗng cà phê tiêu đen mới xay
- 2 muỗng canh bột cà chua
- 1 ½ cốc nước nóng
- 1 pound đậu xanh, tỉa và giảm một nửa
- 1 củ hành tây xắt nhỏ
- 2 quả cà chua xắt nhỏ

Hướng dẫn:

Nấu 2 muỗng canh dầu ô liu trong chảo lớn cho đến khi nó bắt đầu sáng bóng. Nêm sườn cừu với ½ muỗng cà phê muối biển và 1/8 muỗng cà phê tiêu. Nướng thịt cừu trong dầu nóng khoảng 4 phút mỗi mặt cho đến khi chín vàng cả hai mặt. Đặt thịt lên đĩa và đặt sang một bên.

Bắc chảo lên bếp và thêm 2 muỗng canh dầu ô liu còn lại. Đun nóng cho đến khi nó bắt đầu phát sáng.

Trong một cái bát, làm tan bột cà chua trong nước nóng. Thêm vào chảo nóng cùng với đậu xanh, hành tây, cà chua và ½ muỗng cà phê muối biển còn lại và ¼ muỗng cà phê tiêu. Đun sôi, sử dụng mặt thìa để cạo những phần màu nâu ở đáy chảo.

Cho sườn cừu trở lại chảo. Đun sôi và điều chỉnh nhiệt ở mức trung bình thấp. Nấu trong 45 phút cho đến khi đậu mềm, thêm nước nếu cần để điều chỉnh độ đặc của nước sốt.

Dinh dưỡng (cho 100g):439 Calo 4g Chất béo 10g Tinh bột 50g Protein 745mg Natri

Gà sốt cà chua Balsamic

Thời gian chuẩn bị: 10 phút

giờ nấu ăn: 20 phút

Khẩu phần: 4

Độ khó: trung bình

Thành phần

- 2 (8 ounce hoặc 226,7 g mỗi loại) ức gà không xương, không da
- ½ muỗng cà phê muối
- ½ muỗng cà phê tiêu xay
- 3 muỗng canh. dầu ôliu siêu nguyên chất
- ½ c. cà chua bi cắt đôi
- 2 muỗng canh. hẹ cắt lát
- ¼ c. giấm balsamic
- 1 muỗng canh. tỏi băm nhỏ
- 1 muỗng canh. hạt thì là rang, nghiền nát
- 1 muỗng canh. bơ

Hướng dẫn:

Cắt ức gà thành 4 miếng và giã bằng vồ cho đến khi dày ¼ inch. Sử dụng ¼ thìa cà phê tiêu và muối để phủ lên gà. Đun nóng hai muỗng canh dầu trong chảo trên lửa vừa. Nướng ức gà ở cả hai mặt trong ba phút. Đặt nó trên đĩa phục vụ và bọc bằng giấy nhôm để giữ ấm.

Thêm một muỗng canh dầu, hành tây và cà chua vào chảo và nấu cho đến khi mềm. Thêm giấm và đun sôi hỗn hợp cho đến khi giấm giảm một nửa. Thêm hạt thì là, tỏi, muối và hạt tiêu và nấu trong khoảng bốn phút. Tắt bếp và cho bơ vào khuấy đều. Đổ nước sốt này lên gà và phục vụ.

Dinh dưỡng (cho 100g): 294 Calo 17g Chất béo 10g Tinh bột 2g Protein 639mg Natri

Gạo lứt, phô mai feta, đậu Hà Lan tươi và salad bạc hà

Thời gian chuẩn bị: 10 phút

giờ nấu ăn: 25 phút

Khẩu phần: 4

Mức độ khó: dễ

Thành phần:

- 2 c. gạo lức
- 3 c. Nước
- muối
- 5 ounce hoặc 141,7 g phô mai feta vụn
- 2 c. đậu luộc
- ½ c. bạc hà xắt nhỏ, tươi
- 2 muỗng canh. dầu
- Muối và tiêu

Hướng dẫn:

Cho gạo lứt, nước và muối vào chảo, đặt trên lửa vừa, đậy nắp và đun sôi. Vặn lửa nhỏ nhất và nấu cho đến khi nước tan hết và gạo mềm nhưng dai. để nguội hoàn toàn

Thêm phô mai feta, đậu Hà Lan, bạc hà, dầu ô liu, muối và hạt tiêu vào bát salad với cơm nguội và trộn đều. Phục vụ và thưởng thức!

Dinh dưỡng (cho 100g):613 Calo 18,2g Chất béo 45g Carbohydrate 12g Protein 755mg Natri

Bánh mì nguyên cám nhồi ô liu và đậu xanh

Thời gian chuẩn bị: 10 phút

giờ nấu ăn: 20 phút

Khẩu phần: 2

Độ khó: trung bình

Thành phần:

- 2 túi pita đầy đủ
- 2 muỗng canh. dầu
- 2 tép tỏi băm nhỏ
- 1 củ hành tây xắt nhỏ
- ½ muỗng cà phê thì là
- 10 quả ô liu đen xắt nhỏ
- 2 c. đậu xanh luộc
- Muối và tiêu

Hướng dẫn:

Cắt túi pita và đặt sang một bên. Điều chỉnh nhiệt ở mức trung bình và đặt một cái chảo vào vị trí. Thêm dầu và đun nóng. Cho tỏi, hành tây và thì là vào chảo nóng và đảo đều trong khi hành mềm và thì là dậy mùi thơm. Thêm ô liu, đậu xanh, muối và hạt tiêu và trộn cho đến khi đậu xanh có màu vàng nâu.

Tắt bếp và dùng thìa gỗ nghiền đậu xanh thật nhuyễn để một số hạt còn nguyên và một số bị nát. Làm ấm túi pita trong lò vi sóng, lò nướng hoặc trong chảo sạch trên bếp.

Đổ đầy chúng với hỗn hợp đậu xanh của bạn và thưởng thức!

Dinh dưỡng (cho 100g):503 Calo 19g Chất béo 14g Carbohydrate 15,7g Protein 798mg Natri

Cà rốt nướng với các loại hạt và đậu Cannellini

Thời gian chuẩn bị: 10 phút

giờ nấu ăn: 45 phút

Khẩu phần: 4

Độ khó: trung bình

Thành phần:

- 4 củ cà rốt gọt vỏ, xắt nhỏ
- 1 c. quả hạch
- 1 muỗng canh. Thân mến
- 2 muỗng canh. dầu
- 2 c. đậu cannellini đóng hộp, ráo nước
- 1 nhánh húng tây tươi
- Muối và tiêu

Hướng dẫn:

Đặt lò nướng ở nhiệt độ 400 F / 204 C và lót khay nướng hoặc khay nướng bánh bằng giấy da. Đặt cà rốt và quả óc chó lên khay nướng hoặc khay nướng. Rưới dầu ô liu và mật ong lên cà rốt và quả óc chó rồi chà xát mọi thứ với nhau để đảm bảo từng miếng được phủ đều Trải đậu ra khay và đặt nó vào cà rốt và quả óc chó

Thêm cỏ xạ hương và rắc mọi thứ với muối và hạt tiêu. Đặt khay vào lò nướng và nướng trong khoảng 40 phút.

phục vụ và thưởng thức

Dinh dưỡng (cho 100g):385 Calo 27g Chất béo 6g Tinh bột 18g Protein 859mg Natri

Gà tẩm bơ

Thời gian chuẩn bị: 10 phút

giờ nấu ăn: 25 phút

Khẩu phần: 4

Độ khó: trung bình

Thành phần:

- ½ c. kem đánh bông nặng
- 1 muỗng canh. muối
- ½ c. nước hầm xương
- 1 muỗng canh. Hạt tiêu
- 4 muỗng canh. Bơ
- 4 nửa ức gà

Hướng dẫn:

Đặt khay nướng vào lò nướng trên lửa vừa và thêm một thìa bơ. Khi bơ nóng và tan chảy, thêm thịt gà và nấu trong năm phút cho mỗi bên. Vào cuối thời gian này, gà phải được nấu chín kỹ và có màu nâu; nếu có, hãy tiếp tục và đặt nó vào đĩa.

Tiếp theo bạn cho nước hầm xương vào nồi lẩu. Thêm kem tươi, muối và hạt tiêu. Sau đó để chảo một mình cho đến khi nước sốt bắt đầu sôi. Để quá trình này diễn ra trong năm phút để nước sốt đặc lại.

Cuối cùng, bạn sẽ cho phần bơ còn lại và thịt gà trở lại chảo. Hãy chắc chắn sử dụng một cái muỗng để múc nước sốt lên gà và hoàn toàn làm tan chảy nó. Phục vụ

Dinh dưỡng (cho 100g):350 calo 25g chất béo 10g carbs 25g protein 869mg natri

Gà xông khói phô mai gấp đôi

Thời gian chuẩn bị: 10 phút

giờ nấu ăn: 30 phút

Khẩu phần: 4

Mức độ khó: dễ

Thành phần:

- 4 ounce hoặc 113 g. kem phô mai
- 1 c. phô mai cheddar
- 8 dải thịt xông khói
- Muối biển
- Hạt tiêu
- 2 tép tỏi băm nhỏ
- Ức gà
- 1 muỗng canh. Mỡ hoặc bơ thịt xông khói

Hướng dẫn:

Đặt lò nướng ở nhiệt độ 400 F / 204 C Cắt đôi ức gà để làm mỏng

Nêm muối, tiêu và tỏi. Phết bơ lên khay nướng rồi đặt ức gà vào. Thêm pho mát kem và pho mát cheddar lên trên ức

Thêm các lát thịt xông khói Đặt khay nướng vào lò nướng trong 30 phút Ăn nóng

Dinh dưỡng (cho 100g):610 Calo 32g Chất béo 3g Tinh bột 38g Protein 759mg Natri

Tôm với chanh và hạt tiêu

Thời gian chuẩn bị: 10 phút

giờ nấu ăn: 10 phút

Khẩu phần: 4

Mức độ khó: dễ

Thành phần:

- 40 con tôm lớn, bóc vỏ
- 6 tép tỏi băm nhỏ
- muối và hạt tiêu đen
- 3 muỗng canh. dầu
- ¼ muỗng cà phê ớt bột
- Một nhúm ớt đỏ nghiền nhỏ
- ¼ muỗng cà phê vỏ chanh nạo
- 3 muỗng canh. Sherry hoặc rượu vang khác
- 1½ muỗng canh. hành lá thái lát
- nước cốt 1 quả chanh

Hướng dẫn:

Điều chỉnh nhiệt ở mức trung bình cao và đặt một cái chảo vào vị trí.

Thêm dầu ô liu và tôm, rắc hạt tiêu và muối và nấu trong 1 phút Thêm ớt bột, tỏi và ớt, khuấy và nấu trong 1 phút. Nhẹ nhàng khuấy sherry và nấu thêm một phút nữa.

Lấy tôm ra khỏi bếp, thêm lá hẹ và vỏ chanh vào, đảo đều rồi cho tôm ra đĩa. Thêm nước cốt chanh và phục vụ

Dinh dưỡng (cho 100g):140 Calo 1g Chất béo 5g Tinh bột 18g Protein 694mg Natri

Cá bơn tẩm bột và gia vị

Thời gian chuẩn bị: 5 phút

giờ nấu ăn: 25 phút

Khẩu phần: 4

Mức độ khó: dễ

Thành phần:

- ¼ c. hẹ tươi xắt nhỏ
- ¼ c. thì là tươi xắt nhỏ
- ¼ muỗng cà phê tiêu đen xay
- ¾ c. miếng bánh mì panko
- 1 muỗng canh. dầu ôliu siêu nguyên chất
- 1 muỗng cà phê. vỏ chanh bào mịn
- 1 muỗng cà phê. muối biển
- 1/3 c. Măng tây tươi
- 4 (6 ounce hoặc 170 g. mỗi miếng) phi lê cá bơn

Hướng dẫn:

Trong một bát vừa, đánh đều dầu ô liu và các thành phần còn lại trừ phi lê cá bơn và vụn bánh mì

Đặt phi lê cá bơn vào hỗn hợp và ướp trong 30 phút Làm nóng lò ở 400 F / 204 C Đặt một tấm lên khay nướng, phủ một lớp xịt nấu ăn Nhúng phi lê vào vụn bánh mì và đặt lên khay nướng Nấu trong lò 20 phút phục vụ nóng

Dinh dưỡng (cho 100g):667 Calo 24,5g Chất béo 2g Tinh bột 54,8g Protein 756mg Natri

Cà ri cá hồi với mù tạt

Thời gian chuẩn bị: 10 phút

giờ nấu ăn: 20 phút

Khẩu phần: 4

Mức độ khó: dễ

Thành phần:

- ¼ muỗng cà phê ớt đỏ xay hoặc bột ớt
- ¼ muỗng cà phê bột nghệ, xay
- ¼ muỗng cà phê muối
- 1 muỗng cà phê. Thân mến
- ¼ muỗng cà phê bột tỏi
- 2 muỗng cà phê. cả hạt mù tạc
- 4 (6 ounce hoặc 170 g mỗi miếng) phi lê cá hồi

Hướng dẫn:

Trong một bát trộn mù tạt và các thành phần còn lại trừ cá hồi. Làm nóng lò ở 350 F / 176 C Phủ một tấm nướng bằng bình xịt nấu ăn. Đặt cá hồi lên mặt da của khay nướng úp xuống và phết đều hỗn hợp mù tạt lên trên miếng phi lê. Đặt vào lò nướng và nấu trong 10-15 phút hoặc cho đến khi hình thành vảy.

Dinh dưỡng (cho 100g):324 Calo 18,9g Chất béo 1,3g Carbohydrate 34g Protein 593mg Natri

Cá hồi với vỏ quả óc chó-hương thảo

Thời gian chuẩn bị: 10 phút

giờ nấu ăn: 25 phút

Khẩu phần: 4

Độ khó: trung bình

Thành phần:

- 1 cân Anh hoặc 450 gam. phi lê cá hồi không da đông lạnh
- 2 muỗng cà phê. mù tạt Dijon
- 1 nhánh tỏi băm
- ¼ muỗng cà phê vỏ chanh
- ½ muỗng cà phê mật ong
- ½ muỗng cà phê muối kosher
- 1 muỗng cà phê. hương thảo tươi xắt nhỏ
- 3 muỗng canh. miếng bánh mì panko
- ¼ muỗng cà phê ớt đỏ nghiền
- 3 muỗng canh. Hạt được thái nhỏ
- 2 muỗng cà phê dầu ô liu nguyên chất

Hướng dẫn:

Đặt lò nướng ở nhiệt độ 420 F / 215 C và sử dụng giấy da để lót một tấm nướng có viền. Trong một cái bát, kết hợp mù tạt, vỏ chanh, tỏi, nước cốt chanh, mật ong, hương thảo, ớt đỏ nghiền và muối. Trong một bát khác trộn quả óc chó, panko và 1 muỗng cà phê dầu. Đặt giấy nến lên khay nướng và đặt cá hồi lên trên.

Phết hỗn hợp mù tạt lên cá và phủ hỗn hợp panko lên trên. Xịt nhẹ phần còn lại của dầu ô liu lên cá hồi. Nướng trong khoảng 10 đến 12 phút hoặc cho đến khi cá hồi tách ra bằng nĩa. Phục vụ nó nóng

Dinh dưỡng (cho 100g):222 Calo 12g Chất béo 4g Carbohydrate 0,8g Protein 812mg Natri

Spaghetti cà chua nhanh

Thời gian chuẩn bị: 10 phút

giờ nấu ăn: 25 phút

Khẩu phần: 4

Độ khó: trung bình

Thành phần:

- 8 ounce hoặc 226,7g mỳ Ý
- 3 muỗng canh. dầu
- 4 tép tỏi thái lát
- 1 jalapeno, thái lát
- 2 c. cà chua bi
- Muối và tiêu
- 1 muỗng cà phê. giấm balsamic
- ½ c. Parmesan nghiền

Hướng dẫn:

Đun sôi một nồi nước lớn trên lửa vừa. Thêm một chút muối và đun sôi, sau đó thêm mì spaghetti. Để nấu trong 8 phút. Trong khi nấu mì ống, làm nóng dầu trong chảo và thêm tỏi và ớt jalapeno. Nấu thêm 1 phút rồi thêm cà chua, hạt tiêu và muối.

Nấu trong 5-7 phút cho đến khi vỏ cà chua vỡ ra.

Thêm giấm và loại bỏ nhiệt. Để ráo mì spaghetti và trộn với nước sốt cà chua. Rắc phô mai và phục vụ ngay lập tức.

Dinh dưỡng (cho 100g):298 Calo 13,5g Chất béo 10,5g
Carbohydrate 8g Protein 749mg Natri

Phô mai nướng với hạt tiêu Oregano

Thời gian chuẩn bị: 10 phút

giờ nấu ăn: 25 phút

Khẩu phần: 4

Mức độ khó: dễ

Thành phần:

- 8 ounce hoặc 226,7g phô mai feta
- 4 ounces hoặc 113g mozzarella, vỡ vụn
- 1 quả ớt băm nhỏ
- 1 muỗng cà phê. oregano khô
- 2 muỗng canh. dầu

Hướng dẫn:

Đặt phô mai feta vào một đĩa nướng nhỏ, sâu lòng. Phủ phô mai mozzarella và nêm những lát tiêu và lá oregano. đậy nắp nồi của bạn. Nướng trong lò 350 F / 176 C đã làm nóng trước trong 20 phút. Bày phô mai ra và thưởng thức.

Dinh dưỡng (cho 100g):292 Calo 24,2g Chất béo 5,7g Carbohydrate 2g Protein 733mg Natri

311. Gà Ý Giòn

Thời gian chuẩn bị: 10 phút

giờ nấu ăn: 30 phút

Khẩu phần: 4

Mức độ khó: dễ

Thành phần:

- 4 chân gà
- 1 muỗng cà phê. húng quế khô
- 1 muỗng cà phê. oregano khô
- Muối và tiêu
- 3 muỗng canh. dầu
- 1 muỗng canh. giấm balsamic

Hướng dẫn:

Nêm gà với húng quế và oregano. Sử dụng chảo rán, thêm dầu và đun nóng. Cho gà vào dầu nóng. Để mỗi bên nấu trong 5 phút cho đến khi vàng nâu, sau đó đậy nắp chảo bằng nắp.

Điều chỉnh nhiệt ở mức trung bình và nấu trong 10 phút ở một bên, sau đó lật gà nhiều lần, nấu thêm 10 phút nữa cho đến khi giòn. Bày gà ra đĩa và thưởng thức.

Dinh dưỡng (cho 100g):262 Calo 13,9g Chất béo 11g Carbohydrate 32,6g Protein 693mg Natri

Tagine Ma-rốc với rau

Thời gian chuẩn bị: 20 phút

giờ nấu ăn: 40 phút

Khẩu phần: 2

Độ khó: trung bình

Thành phần:

- 2 muỗng canh dầu ô liu
- ½ củ hành tây xắt nhỏ
- 1 nhánh tỏi băm
- 2 chén hoa súp lơ
- 1 củ cà rốt vừa, cắt thành miếng 1 inch
- 1 chén cà tím hình khối
- 1 hộp cà chua nguyên quả với nước ép
- 1 (15-oz / 425-g) lon đậu xanh
- 2 củ khoai tây đỏ nhỏ
- 1 cốc nước
- 1 muỗng cà phê xi-rô cây phong nguyên chất
- ½ thìa cà phê quế
- ½ muỗng cà phê nghệ tây
- 1 muỗng cà phê thì là
- ½ muỗng cà phê muối
- 1 đến 2 muỗng cà phê bột harissa

Hướng dẫn:

Trong lò kiểu Hà Lan, đun nóng dầu ô liu trên lửa vừa và cao. Xào hành tây trong 5 phút, thỉnh thoảng khuấy hoặc cho đến khi trong mờ.

Thêm tỏi, súp lơ, cà rốt, cà tím, cà chua và khoai tây. Nghiền cà chua bằng thìa gỗ thành những miếng nhỏ hơn.

Thêm đậu xanh, nước, xi-rô cây thích, quế, nghệ, thì là và muối và khuấy đều để kết hợp. Để nó sôi

Sau khi hoàn thành, giảm nhiệt xuống mức trung bình thấp. Khuấy bột harissa, đậy nắp và đun nhỏ lửa trong khoảng 40 phút hoặc cho đến khi rau mềm. Hương vị và điều chỉnh gia vị khi cần thiết. Hãy nghỉ ngơi trước khi phục vụ.

Dinh dưỡng (cho 100g):293 Calo 9,9g Chất béo 12,1g Carbohydrate 11,2g Protein 811mg Natri

Rau xà lách cuộn với cần tây

Thời gian chuẩn bị: 10 phút

giờ nấu ăn: 0 phút

Khẩu phần: 4

Mức độ khó: dễ

Thành phần:

- 1 (15-oz / 425-g) lon đậu gà ít natri
- 1 cọng cần tây, thái lát mỏng
- 2 muỗng canh hành tím băm nhỏ
- 2 muỗng canh tahini không muối
- 3 muỗng canh mù tạt mật ong
- 1 muỗng canh bạch hoa, không thoát nước
- 12 lá xà lách bơ

Hướng dẫn:

Trong một cái bát, đánh đậu xanh bằng máy nghiền khoai tây hoặc mặt sau của nĩa cho đến khi mịn. Thêm cần tây, hành tím, tahini, mù tạt mật ong và nụ bạch hoa vào bát và khuấy cho đến khi kết hợp tốt.

Đối với mỗi phần ăn, xếp ba lá rau diếp chồng lên nhau trên đĩa và cho ¼ nhân đậu xanh nghiền lên trên, sau đó cuộn lại. Lặp lại với lá rau diếp còn lại và hỗn hợp đậu xanh.

Dinh dưỡng (cho 100g):182 Calo 7,1g Chất béo 3g Carbohydrate 10,3g Protein 743mg Natri

Rau củ xiên nướng

Thời gian chuẩn bị: 15 phút

giờ nấu ăn: 10 phút

Khẩu phần: 4

Mức độ khó: dễ

Thành phần:

- 4 củ hành đỏ vừa, bóc vỏ và cắt thành 6 múi
- 4 quả bí vừa, cắt thành lát dày 1 inch
- 2 quả cà chua bít tết, cắt làm tư
- 4 quả ớt đỏ
- 2 quả ớt cam
- 2 quả ớt vàng
- 2 muỗng canh cộng với 1 muỗng cà phê dầu ô liu

Hướng dẫn:

Làm nóng lò nướng ở nhiệt độ trung bình cao. Xiên các loại rau xen kẽ giữa hành tím, bí xanh, cà chua và ớt khác màu. Mỡ với 2 muỗng canh dầu ô liu.

Bôi trơn các giá đỡ bằng 1 muỗng cà phê dầu ô liu và nướng xiên rau trong 5 phút. Lật các xiên và nướng thêm 5 phút nữa hoặc cho đến khi chín theo ý thích của bạn. Để xiên nguội trong 5 phút trước khi ăn.

Dinh dưỡng (cho 100g): 115 Calo 3g Chất béo 4,7g Carbohydrate 3,5g Protein 647mg Natri

Nấm Portobello nhồi cà chua

Thời gian chuẩn bị: 10 phút

giờ nấu ăn: 15 phút

Khẩu phần: 4

Độ khó: trung bình

Thành phần:

- 4 viên nấm Portobello lớn
- 3 muỗng canh dầu ô liu nguyên chất
- Muối và hạt tiêu đen để nếm
- 4 quả cà chua phơi khô
- 1 chén phô mai mozzarella nạo, chia
- ½ đến ¾ chén nước sốt cà chua ít natri

Hướng dẫn:

Nướng sơ bộ trên cao. Đặt mũ nấm lên khay nướng và rưới dầu ô liu lên. Rắc muối và hạt tiêu. Nướng trong 10 phút, lật nửa mũ nấm cho đến khi mặt trên có màu vàng nâu.

Loại bỏ khỏi vỉ nướng. Cho 1 quả cà chua, 2 muỗng canh phô mai và 2 đến 3 muỗng canh nước sốt vào mỗi mũ nấm. Trả lại mũ nấm cho gà và tiếp tục nướng trong 2 đến 3 phút. Để nguội trong 5 phút trước khi phục vụ.

Dinh dưỡng (cho 100g):217 Calo 15,8g Chất béo 9g Tinh bột 11,2g Protein 793mg Natri

Rau bồ công anh héo với hành tây ngọt

Thời gian chuẩn bị: 15 phút

giờ nấu ăn: 15 phút

Khẩu phần: 4

Mức độ khó: dễ

Thành phần:

- 1 muỗng canh dầu ô liu nguyên chất
- 2 tép tỏi băm nhỏ
- 1 củ hành Vidalia, thái lát mỏng
- ½ chén nước dùng rau ít natri
- 2 bó lá bồ công anh, đại khái xắt nhỏ
- Hạt tiêu đen mới xay, để nếm thử

Hướng dẫn:

Trong một cái chảo lớn, đun nóng dầu trên lửa nhỏ. Thêm tỏi và hành tây và nấu từ 2 đến 3 phút, thỉnh thoảng khuấy hoặc cho đến khi hành tây trong mờ.

Thêm nước luộc rau và lá bồ công anh và nấu trong 5 đến 7 phút cho đến khi héo, khuấy thường xuyên. Rắc tiêu đen và dọn ra đĩa khi còn nóng.

Dinh dưỡng (cho 100g):81 Calo 3,9g Chất béo 4g Carbohydrate 3,2g Protein 693mg Natri

Cần tây xanh và mù tạt

Thời gian chuẩn bị: 10 phút

giờ nấu ăn: 15 phút

Khẩu phần: 4

Độ khó: trung bình

Thành phần:

- ½ chén nước dùng rau ít natri
- 1 cọng cần tây, xắt nhỏ
- ½ củ hành ngọt xắt nhỏ
- ½ quả ớt chuông đỏ lớn, thái lát mỏng
- 2 tép tỏi băm nhỏ
- 1 bó mù tạt xắt nhỏ

Hướng dẫn:

Đổ nước luộc rau vào nồi gang lớn và đun sôi trên lửa vừa. Khuấy cần tây, hành tây, ớt chuông và tỏi. Nấu không đậy nắp trong khoảng 3 đến 5 phút.

Thêm mù tạt vào chảo và khuấy đều. Hạ nhiệt và nấu cho đến khi chất lỏng bay hơi và rau héo. Tắt bếp và dùng nóng.

Dinh dưỡng (cho 100g):39 Calo 3,1g Protein 6,8g Carbs 3g Protein 736mg Natri

Đậu phụ xào rau củ

Thời gian chuẩn bị: 5 phút

giờ nấu ăn: 10 phút

Khẩu phần: 2

Mức độ khó: dễ

Thành phần:

- 2 muỗng canh dầu ô liu nguyên chất
- ½ củ hành tím, băm nhỏ
- 1 chén cải xoăn xắt nhỏ
- 8 ounce (227 g) nấm, thái lát
- 8 ounce (227 g) đậu phụ, cắt thành khối
- 2 tép tỏi băm nhỏ
- Nhặt mảnh ớt đỏ
- ½ muỗng cà phê muối biển
- 1/8 muỗng cà phê tiêu đen mới xay

Hướng dẫn:

Nấu dầu ô liu trong chảo chống dính vừa trên lửa vừa và cao cho đến khi sủi bọt. Thêm hành tây, cải xoăn và nấm vào chảo. Thỉnh thoảng nấu và khuấy hoặc cho đến khi rau bắt đầu chuyển sang màu nâu.

Thêm đậu phụ và xào trong 3 đến 4 phút cho đến khi mềm. Cho tỏi, ớt đỏ, muối và hạt tiêu đen vào xào trong 30 giây. Hãy nghỉ ngơi trước khi phục vụ.

Dinh dưỡng (cho 100g):233 Calo 15,9g Chất béo 2g Carbohydrate 13,4g Protein 733mg Natri

mì gói đơn giản

Thời gian chuẩn bị: 10 phút

giờ nấu ăn: 5 phút

Khẩu phần: 2

Mức độ khó: dễ

Thành phần:

- 2 muỗng canh dầu bơ
- 2 zucchinis trung bình, xoắn ốc
- ¼ muỗng cà phê muối
- Hạt tiêu đen mới xay, để nếm thử

Hướng dẫn:

Đun nóng dầu bơ trong chảo lớn trên lửa vừa cho đến khi dầu bắt đầu sáng bóng. Thêm mì zucchini, muối và hạt tiêu đen vào chảo và trộn đều. Nấu và khuấy liên tục cho đến khi mềm. Phục vụ nó nóng.

Dinh dưỡng (cho 100g):128 Calo 14g Chất béo 0,3g Carbohydrate 0,3g Protein 811mg Natri

Gói cải xoăn đậu lăng và cà chua

Thời gian chuẩn bị: 15 phút

giờ nấu ăn: 0 phút

Khẩu phần: 4

Mức độ khó: dễ

Thành phần:

- 2 chén đậu lăng nấu chín
- 5 cà chua Roma, thái hạt lựu
- ½ chén phô mai feta vụn
- 10 lá húng quế tươi lớn, thái lát mỏng
- ¼ chén dầu ô liu nguyên chất
- 1 muỗng canh giấm balsamic
- 2 tép tỏi băm nhỏ
- ½ muỗng cà phê mật ong nguyên chất
- ½ muỗng cà phê muối
- ¼ thìa cà phê tiêu đen mới xay
- 4 lá cải xoăn lớn, bỏ cuống

Hướng dẫn:

Kết hợp đậu lăng, cà chua, phô mai, lá húng quế, dầu, giấm, tỏi, mật ong, muối và hạt tiêu và trộn đều.

Đặt lá cải xoăn trên một bề mặt phẳng. Rải một lượng bằng nhau hỗn hợp đậu lăng lên các cạnh của lá. Cuộn lại và cắt làm đôi để phục vụ.

Dinh dưỡng (cho 100g):318 Calo 17,6g Chất béo 27,5g Carbohydrate 13,2g Protein 800mg Natri

Bát chay Địa Trung Hải

Thời gian chuẩn bị: 10 phút

giờ nấu ăn: 20 phút

Khẩu phần: 4

Độ khó: trung bình

Thành phần:

- 2 cốc nước
- 1 chén số 3 lúa mì bulgur hoặc quinoa, rửa sạch
- 1½ muỗng cà phê muối, chia
- 1 lít (2 cốc) cà chua bi, giảm một nửa
- 1 quả ớt chuông lớn, xắt nhỏ
- 1 quả dưa chuột lớn, xắt nhỏ
- 1 chén ô liu Kalamata
- ½ chén nước cốt chanh mới vắt
- 1 chén dầu ô liu nguyên chất
- ½ muỗng cà phê tiêu đen mới xay

Hướng dẫn:

Đun sôi nước trong nồi vừa trên lửa vừa. Thêm bulgur (hoặc quinoa) và 1 thìa muối. Đậy nắp và nấu trong 15 đến 20 phút.

Để sắp xếp rau vào 4 bát của bạn, hãy chia mỗi bát thành 5 phần một cách trực quan. Đặt bulgur nấu chín trong một phần. Tiếp theo với cà chua, ớt, dưa chuột và ô liu.

Khuấy nước cốt chanh, dầu ô liu, ½ muỗng cà phê muối còn lại và hạt tiêu đen.

Múc đều nước sốt ra 4 bát. Phục vụ ngay lập tức hoặc đậy nắp và làm lạnh cho lần sau.

Dinh dưỡng (cho 100g):772 Calo 9g Chất béo 6g Protein 41g Carbohydrate 944mg Natri

Rau Nướng và Bọc Hummus

Thời gian chuẩn bị: 15 phút

giờ nấu ăn: 10 phút

Khẩu phần: 6

Độ khó: trung bình

Thành phần:

- 1 quả cà tím lớn
- 1 củ hành tây lớn
- ½ chén dầu ô liu nguyên chất
- 1 muỗng cà phê muối
- 6 gói lavash hoặc bánh mì pita lớn
- 1 cốc kem Hummus truyền thống

Hướng dẫn:

Làm nóng trước vỉ nướng, chảo rang lớn hoặc chảo lớn có dầu nhẹ trên lửa vừa. Cắt cà tím và hành tây thành hình tròn. Mỡ rau bằng dầu ô liu và rắc muối.

Nướng rau cả hai mặt, khoảng 3 đến 4 phút mỗi mặt. Để làm lớp bọc, hãy đặt lavash hoặc pita phẳng. Thìa khoảng 2 muỗng canh hummus trên giấy gói.

Chia đều các loại rau củ trong các gói, rải dọc theo một bên của gói. Nhẹ nhàng gấp mặt bên của gói rau củ lại, gấp chúng lại và gói thật chặt.

Đặt mặt đường may quấn xuống dưới và cắt làm đôi hoặc làm ba.

Bạn cũng có thể bọc từng chiếc bánh sandwich trong màng bọc thực phẩm để giúp bánh giữ được hình dạng và ăn sau.

Dinh dưỡng (cho 100g):362 Calo 10g Chất béo 28g Tinh bột 15g Protein 736mg Natri

đậu xanh tây ban nha

Thời gian chuẩn bị: 10 phút

giờ nấu ăn: 20 phút

Khẩu phần: 4

Mức độ khó: dễ

Thành phần:

- ¼ chén dầu ô liu nguyên chất
- 1 củ hành tây lớn, xắt nhỏ
- 4 tép tỏi băm nhỏ
- 1/2 pound đậu xanh, tươi hoặc đông lạnh, thái lát
- 1½ muỗng cà phê muối, chia
- 1 lon (15 ounce) cà chua thái hạt lựu
- ½ muỗng cà phê tiêu đen mới xay

Hướng dẫn:

Đun nóng dầu ô liu, hành và tỏi; nấu trong 1 phút. Cắt đậu xanh thành miếng 5 cm. Thêm đậu xanh và 1 muỗng cà phê muối vào chảo và trộn mọi thứ lại với nhau; nấu trong 3 phút. Thêm cà chua thái hạt lựu, ½ muỗng cà phê muối và hạt tiêu đen còn lại vào chảo; tiếp tục nấu thêm 12 phút nữa, thỉnh thoảng khuấy. Phục vụ nó nóng.

Dinh dưỡng (cho 100g):200 Calo 12g Chất béo 18g Tinh bột 4g Protein 639mg Natri

Súp lơ mộc và cà rốt băm

Thời gian chuẩn bị: 10 phút

giờ nấu ăn: 10 phút

Khẩu phần: 4

Mức độ khó: dễ

Thành phần:

- 3 muỗng canh dầu ô liu nguyên chất
- 1 củ hành tây lớn, xắt nhỏ
- 1 muỗng canh tỏi băm
- 2 chén cà rốt, thái hạt lựu
- 4 chén súp lơ trắng, rửa sạch
- 1 muỗng cà phê muối
- ½ muỗng cà phê thì là

Hướng dẫn:

Nấu dầu ô liu, hành tây, tỏi và cà rốt trong 3 phút. Cắt súp lơ thành miếng nhỏ hoặc nhỏ. Thêm súp lơ, muối và thì là vào chảo và trộn với cà rốt và hành tây.

Đậy nắp và nấu trong 3 phút. Khuấy rau và tiếp tục nấu thêm 3 đến 4 phút nữa. Phục vụ nó nóng.

Dinh dưỡng (cho 100g):159 Calo 17g Chất béo 15g Tinh bột 3g Protein 569mg Natri

Súp lơ nướng và cà chua

Thời gian chuẩn bị: 5 phút

giờ nấu ăn: 25 phút

Khẩu phần: 4

Độ khó: trung bình

Thành phần:

- 4 chén súp lơ, cắt thành miếng 1 inch
- 6 muỗng canh dầu ô liu nguyên chất, chia
- 1 muỗng cà phê muối, chia
- 4 chén cà chua bi
- ½ muỗng cà phê tiêu đen mới xay
- ½ chén phô mai parmesan nạo

Hướng dẫn:

Làm nóng lò nướng ở nhiệt độ 425°F. Cho súp lơ, 3 thìa dầu ô liu và ½ thìa muối vào tô lớn và trộn đều. Đặt trên một tấm nướng trong một lớp chẵn.

Trong một tô lớn khác, cho cà chua, 3 muỗng canh dầu ô liu còn lại và ½ muỗng cà phê muối vào trộn đều. Đổ vào một món nướng khác. Đặt lá súp lơ và lá cà chua vào lò nướng trong 17 đến 20 phút, cho đến khi súp lơ có màu nâu nhạt và cà chua căng mọng.

Dùng thìa, đặt súp lơ lên đĩa và phủ cà chua, tiêu đen và phô mai Parmesan lên trên. Phục vụ nó nóng.

Dinh dưỡng (cho 100g):294 Calo 14g Chất béo 13g Tinh bột 9g Protein 493mg Natri

Bí đỏ nướng

Thời gian chuẩn bị: 10 phút

giờ nấu ăn: 35 phút

Khẩu phần: 6

Độ khó: trung bình

Thành phần:

- 2 quả bí, vừa đến lớn
- 2 muỗng canh dầu ô liu nguyên chất
- 1 muỗng cà phê muối, cộng thêm cho gia vị
- 5 muỗng canh bơ không ướp muối
- ¼ chén lá xô thơm xắt nhỏ
- 2 muỗng canh lá húng tây tươi
- ½ muỗng cà phê tiêu đen mới xay

Hướng dẫn:

Làm nóng lò ở nhiệt độ 400°F. Cắt bí làm đôi theo chiều dọc. Cạo sạch hạt và cắt chúng theo chiều ngang thành những lát dày ¾ inch. Trong một cái bát lớn, rưới dầu ô liu lên bí, rắc muối và trộn đều.

Đặt bí phẳng trên một tấm nướng. Đặt trên khay nướng trong lò và nướng bí ngô trong 20 phút. Lật bí ngô bằng thìa và nướng thêm 15 phút nữa.

Làm mềm bơ trong một cái chảo vừa trên lửa vừa. Thêm cây xô thơm và cỏ xạ hương vào bơ tan chảy và nấu trong 30 giây. Chuyển các lát bí ngô đã nấu chín vào đĩa. Rưới hỗn hợp bơ và thảo mộc lên quả bí. Nêm với muối và hạt tiêu. Phục vụ nó nóng.

Dinh dưỡng (cho 100g):188 Calo 13g Chất béo 16g Tinh bột 1g Protein 836mg Natri

Cải bó xôi xào tỏi

Thời gian chuẩn bị: 5 phút

giờ nấu ăn: 10 phút

Khẩu phần: 4

Mức độ khó: dễ

Thành phần:

- ¼ chén dầu ô liu nguyên chất
- 1 củ hành tây lớn, cắt thành lát mỏng
- 3 tép tỏi băm nhỏ
- 6 túi (1 pound) cải bó xôi non, rửa sạch
- ½ muỗng cà phê muối
- 1 quả chanh cắt thành lát

Hướng dẫn:

Nấu dầu ô liu, hành tây và tỏi trong chảo lớn trong 2 phút trên lửa vừa. Thêm một túi rau bina và ½ muỗng cà phê muối. Đậy nắp chảo và để rau bina héo trong 30 giây. Lặp lại (bỏ muối), thêm 1 túi rau bina mỗi lần.

Khi tất cả rau bina đã được thêm vào, hãy mở nắp và nấu trong 3 phút, để hơi ẩm bay hơi. Ăn nóng với vỏ chanh bên trên.

Dinh dưỡng (cho 100g):301 Calo 12g Chất béo 29g Tinh bột 17g Protein 639mg Natri

Bí ngòi xào tỏi với bạc hà

Thời gian chuẩn bị: 5 phút

giờ nấu ăn: 10 phút

Khẩu phần: 4

Mức độ khó: dễ

Thành phần:

- 3 quả bí xanh lớn
- 3 muỗng canh dầu ô liu nguyên chất
- 1 củ hành tây lớn, xắt nhỏ
- 3 tép tỏi băm nhỏ
- 1 muỗng cà phê muối
- 1 thìa bạc hà khô

Hướng dẫn:

Cắt zucchini thành khối ½ inch. Nấu dầu ô liu, hành tây và tỏi trong 3 phút, khuấy liên tục.

Thêm zucchini và muối vào chảo và trộn với hành tây và tỏi, nấu trong 5 phút. Cho bạc hà vào chảo, khuấy đều. Nấu thêm 2 phút nữa. Phục vụ nó nóng.

Dinh dưỡng (cho 100g):147 Calo 16g Chất béo 12g Tinh bột 4g Protein 723mg Natri

đậu bắp nấu chín

Thời gian chuẩn bị: 55 phút

giờ nấu ăn: 25 phút

Khẩu phần: 4

Mức độ khó: dễ

Thành phần:

- ¼ chén dầu ô liu nguyên chất
- 1 củ hành tây lớn, xắt nhỏ
- 4 tép tỏi băm nhỏ
- 1 muỗng cà phê muối
- 1 pound đậu bắp tươi hoặc đông lạnh, làm sạch
- 1 lon (15 ounce) nước sốt cà chua nguyên chất
- 2 cốc nước
- ½ chén rau mùi tươi, thái nhỏ
- ½ muỗng cà phê tiêu đen mới xay

Hướng dẫn:

Trộn và nấu dầu ô liu, hành tây, tỏi và muối trong 1 phút. Thêm đậu bắp và nấu trong 3 phút.

Thêm nước sốt cà chua, nước, ngò và tiêu đen; khuấy, đậy nắp và nấu trong 15 phút, thỉnh thoảng khuấy. Phục vụ nó nóng.

Dinh dưỡng (cho 100g):201 Calo 6g Chất béo 18g Tinh bột 4g Protein 693mg Natri

Ớt nhồi rau ngọt

Thời gian chuẩn bị: 20 phút

giờ nấu ăn: 30 phút

Khẩu phần: 6

Độ khó: trung bình

Thành phần:

- 6 quả ớt chuông lớn, các màu khác nhau
- 3 muỗng canh dầu ô liu nguyên chất
- 1 củ hành tây lớn, xắt nhỏ
- 3 tép tỏi băm nhỏ
- 1 củ cà rốt xắt nhỏ
- 1 lon (16 ounces) đậu xanh, rửa sạch và để ráo nước
- 3 chén cơm
- 1 ½ muỗng cà phê muối
- ½ muỗng cà phê tiêu đen mới xay

Hướng dẫn:

Làm nóng lò ở nhiệt độ 350°F. Nhớ chọn những quả ớt có thể đứng thẳng. Cắt nắp hạt tiêu và loại bỏ hạt, giữ lại phần nắp cho lần sau. Đặt ớt lên một tấm nướng.

Đun nóng dầu, phi hành, tỏi và cà rốt trong 3 phút. Thêm đậu xanh. Nấu thêm 3 phút nữa. Lấy chảo ra khỏi bếp và đặt các nguyên liệu đã nấu chín vào một tô lớn. Thêm gạo, muối và hạt tiêu; chơi để phù hợp.

Cho từng hạt tiêu lên trên và đậy nắp hạt tiêu lại. Gấp khay nướng bằng giấy bạc và nướng trong 25 phút. Lấy giấy bạc ra và nướng thêm 5 phút nữa. Phục vụ nó nóng.

Dinh dưỡng (cho 100g):301 Calo 15g Chất béo 50g Carbohydrate 8g Protein 803mg Natri

moussaka cà tím

Thời gian chuẩn bị: 55 phút

giờ nấu ăn: 40 phút

Khẩu phần: 6

Mức độ khó: khó

Thành phần:

- 2 quả cà tím lớn
- 2 muỗng cà phê muối, chia
- phun dầu Olive
- ¼ chén dầu ô liu nguyên chất
- 2 củ hành lớn, thái lát
- 10 tép tỏi thái lát
- 2 hộp cà chua xắt nhỏ
- 1 lon (16 ounces) đậu xanh, rửa sạch và để ráo nước
- 1 muỗng cà phê oregano khô
- ½ muỗng cà phê tiêu đen mới xay

Hướng dẫn:

Cắt cà tím theo chiều ngang thành các đĩa tròn dày ¼ inch. Rắc các lát cà tím với 1 muỗng cà phê muối và đặt vào một cái chao trong 30 phút.

Làm nóng lò nướng ở nhiệt độ 450°F. Thấm khô các lát cà tím bằng khăn giấy và xịt dầu ô liu lên mỗi mặt hoặc phết nhẹ từng mặt bằng dầu ô liu.

Xếp cà tím thành một lớp trên khay nướng. Đặt vào lò nướng và nướng trong 10 phút. Sau đó, dùng thìa lật các lát lại và nướng thêm 10 phút nữa.

Xào dầu ô liu, hành tây, tỏi và 1 muỗng cà phê muối còn lại. Nấu trong 5 phút, thỉnh thoảng khuấy. Thêm cà chua, đậu xanh, oregano và hạt tiêu đen. Nấu trong 12 phút, thỉnh thoảng khuấy.

Sử dụng một cái đĩa sâu lòng, bắt đầu xếp lớp, bắt đầu với cà tím và sau đó là nước sốt. Lặp lại cho đến khi tất cả các thành phần đã được sử dụng. Nướng trong lò trong 20 phút. Lấy ra khỏi lò và dùng nóng.

Dinh dưỡng (cho 100g):262 Calo 11g Chất béo 35g Tinh bột 8g Protein 723mg Natri

Lá nho nhồi rau

Thời gian chuẩn bị: 50 phút

giờ nấu ăn: 45 phút

Khẩu phần: 8

Độ khó: trung bình

Thành phần:

- 2 chén gạo trắng, rửa sạch
- 2 quả cà chua lớn, thái nhỏ
- 1 củ hành lớn, thái nhỏ
- 1 củ hành lá, băm nhỏ
- 1 chén mùi tây Ý tươi, thái nhỏ
- 3 tép tỏi băm nhỏ
- 2½ thìa cà phê muối
- ½ muỗng cà phê tiêu đen mới xay
- 1 (16 oz) lá nho trong lọ
- 1 cốc nước cốt chanh
- ½ chén dầu ô liu nguyên chất
- 4 đến 6 cốc nước

Hướng dẫn:

Trộn cơm, cà chua, hành tây, hẹ, mùi tây, tỏi, muối và tiêu đen. Xả và rửa sạch lá nho. Chuẩn bị một tô lớn, lót một lớp lá nho dưới đáy. Đặt từng chiếc lá phẳng và cắt bất kỳ thân cây nào.

Múc 2 thìa hỗn hợp gạo vào gốc của mỗi chiếc lá. Gấp hai bên và cuộn càng chặt càng tốt. Đặt lá nho đã cuộn vào bình, xếp từng lá nho đã cuộn lên nhau. Tiếp tục trải lá nho đã cuộn.

Nhẹ nhàng đổ nước cốt chanh và dầu ô liu lên lá nho và thêm nước vừa đủ để ngập lá 1 inch. Đặt một chiếc đĩa nặng nhỏ hơn miệng bình lộn ngược lên trên lá nho. Đậy nắp chảo và nấu lá ở nhiệt độ trung bình thấp trong 45 phút. Để yên trong 20 phút trước khi phục vụ. Phục vụ nóng hoặc lạnh.

Dinh dưỡng (cho 100g):532 Calo 15g Chất béo 80g Carbohydrate 12g Protein 904mg Natri

Cuốn cà tím nướng

Thời gian chuẩn bị: 30 phút

giờ nấu ăn: 10 phút

Khẩu phần: 6

Độ khó: trung bình

Thành phần:

- 2 quả cà tím lớn
- 1 muỗng cà phê muối
- 4 ounce phô mai dê
- 1 cốc ricotta
- ¼ chén húng quế tươi, xắt nhỏ
- ½ muỗng cà phê tiêu đen mới xay
- phun dầu Olive

Hướng dẫn:

Cắt bỏ phần ngọn của cà tím và cắt theo chiều dọc thành những lát dày ¼ inch. Rắc muối lên các lát và đặt cà tím vào một cái chao trong 15 đến 20 phút.

Khuấy phô mai dê, ricotta, húng quế và hạt tiêu. Làm nóng trước vỉ nướng, chảo nướng hoặc chảo có dầu nhẹ trên lửa vừa. Lau khô các lát cà tím và rắc nhẹ dầu ô liu. Đặt cà tím lên vỉ nướng, vỉ nướng hoặc chảo và nấu trong 3 phút cho mỗi bên.

Lấy cà tím ra khỏi bếp và để nguội trong 5 phút. Để cuộn, đặt một lát cà tím phẳng, múc một thìa hỗn hợp phô mai vào đế của lát và cuộn lại. Phục vụ ngay lập tức hoặc làm lạnh cho đến khi phục vụ.

Dinh dưỡng (cho 100g):255 Calo 7g Chất béo 19g Tinh bột 15g Protein 793mg Natri

Zucchini chiên giòn

Thời gian chuẩn bị: 15 phút

giờ nấu ăn: 20 phút

Khẩu phần: 6

Mức độ khó: dễ

Thành phần:

- 2 quả bí xanh lớn
- 2 muỗng canh mùi tây Ý, thái nhỏ
- 3 tép tỏi băm nhỏ
- 1 muỗng cà phê muối
- 1 chén bột mì
- 1 quả trứng lớn, bị đánh đập
- ½ cốc nước
- 1 muỗng cà phê men bột
- 3 chén dầu thực vật hoặc bơ

Hướng dẫn:

Nướng zucchini vào một cái bát lớn. Cho rau mùi tây, tỏi, muối, bột mì, trứng, nước và men vào tô trộn đều. Trong một nồi lớn hoặc nồi chiên sâu trên lửa vừa, đun nóng dầu đến 365°F.

Dùng thìa thả bột bánh bao đã chiên vào chảo dầu nóng. Lật bánh bao bằng thìa có rãnh và chiên cho đến khi có màu vàng nâu, khoảng 2 đến 3 phút. Lọc bánh bao chiên ra khỏi dầu và đặt lên đĩa có lót khăn giấy. Dùng nóng với Kem Tzatziki hoặc Kem Hummus truyền thống để nhúng.

Dinh dưỡng (cho 100g):446 Calo 2g Chất béo 19g Tinh bột 5g Protein 812mg Natri

Bánh rau bina với phô mai

Thời gian chuẩn bị: 20 phút

giờ nấu ăn: 40 phút

Khẩu phần: 8

Mức độ khó: khó

Thành phần:

- 2 muỗng canh dầu ô liu nguyên chất
- 1 củ hành tây lớn, xắt nhỏ
- 2 tép tỏi băm nhỏ
- 3 túi (1 pound) cải bó xôi non, rửa sạch
- 1 chén phô mai feta
- 1 quả trứng lớn, bị đánh đập
- tấm bánh phồng

Hướng dẫn:

Làm nóng lò ở nhiệt độ 375°F. Đun nóng dầu ô liu, hành và tỏi trong 3 phút. Thêm rau bina vào chảo, mỗi lần một túi, để rau héo giữa mỗi túi. Chơi với nhíp. Nấu trong 4 phút. Sau khi rau bina được nấu chín, hãy rút chất lỏng dư thừa ra khỏi chảo.

Trong một bát lớn, kết hợp phô mai feta, trứng và rau bina nấu chín. Đặt bánh phồng lên một bề mặt phẳng. Cắt bột thành hình vuông 7 cm. Múc một thìa hỗn hợp rau bina vào giữa hình vuông bánh phồng. Gấp từ một góc của hình vuông sang góc chéo, tạo thành một hình tam giác. Véo các cạnh của chiếc bánh bằng cách ấn xuống bằng một cái nĩa để bịt kín chúng. Lặp lại cho đến khi tất cả các ô vuông được lấp đầy.

Đặt bánh nướng lên khay nướng có lót giấy da và nướng trong 25 đến 30 phút hoặc cho đến khi có màu vàng nâu. Thưởng thức khi còn nóng hoặc ở nhiệt độ phòng.

Dinh dưỡng (cho 100g):503 Calo 6g Chất béo 38g Tinh bột 16g Protein 836mg Natri

Bánh mì kẹp dưa chuột

Thời gian chuẩn bị: 5 phút

giờ nấu ăn: 0 phút

Khẩu phần: 12

Mức độ khó: dễ

Thành phần:

- 1 quả dưa chuột thái lát
- 8 lát bánh mì nguyên cám
- 2 muỗng canh pho mát kem, mềm
- 1 muỗng canh hẹ xắt nhỏ
- ¼ chén bơ, gọt vỏ, bỏ hạt và nghiền
- 1 muỗng cà phê mù tạt
- Muối và hạt tiêu đen để nếm

Hướng dẫn:

Phết bơ nghiền lên từng lát bánh mì, phết các nguyên liệu còn lại, ngoại trừ lát dưa chuột.

Chia các lát dưa chuột vào giữa các lát bánh mì, cắt từng lát thành 3 phần, bày ra đĩa và dùng như món khai vị.

Dinh dưỡng (cho 100g):187 Calo 12,4g Chất béo 4,5g Carbohydrate 8,2g Protein 736mg Natri

canh sữa chua

Thời gian chuẩn bị: 10 phút

giờ nấu ăn: 0 phút

Khẩu phần: 6

Mức độ khó: dễ

Thành phần:

- 2 cốc sữa chua Hy Lạp
- 2 muỗng canh quả hồ trăn, nướng và xắt nhỏ
- Một chút muối và tiêu trắng
- 2 muỗng canh bạc hà băm nhỏ
- 1 muỗng canh ô liu Kalamata, rổ và xắt nhỏ
- ¼ chén gia vị zaatar
- ¼ chén hạt lựu
- 1/3 chén dầu ô liu

Hướng dẫn:

Trộn sữa chua với quả hồ trăn và các nguyên liệu còn lại, đánh đều, chia thành các cốc nhỏ và dùng kèm với khoai tây chiên.

Dinh dưỡng (cho 100g):294 Calo 18g Chất béo 2g Tinh bột 10g Protein 593mg Natri

cà chua bruschetta

Thời gian chuẩn bị: 10 phút

giờ nấu ăn: 10 phút

Khẩu phần: 6

Mức độ khó: dễ

Thành phần:

- 1 bánh mì cắt lát
- 1/3 chén húng quế xắt nhỏ
- 6 quả cà chua, thái hạt lựu
- 2 tép tỏi băm nhỏ
- Một chút muối và hạt tiêu
- 1 muỗng cà phê dầu ô liu
- 1 muỗng canh giấm balsamic
- ½ muỗng cà phê bột tỏi
- bình xịt nấu ăn

Hướng dẫn:

Đặt các lát bánh mì baguette lên khay nướng có lót giấy da, xịt bình xịt nấu ăn. Nướng trong 10 phút ở 400 độ.

Trộn cà chua với húng quế và các thành phần còn lại, khuấy đều và để yên trong 10 phút. Chia hỗn hợp cà chua vào từng lát bánh mì, bày ra đĩa và dùng.

Dinh dưỡng (cho 100g):162 Calo 4g Chất béo 29g Tinh bột 4g Protein 736mg Natri

Ô liu và cà chua nhồi phô mai

Thời gian chuẩn bị: 10 phút

giờ nấu ăn: 0 phút

Khẩu phần: 24

Mức độ khó: dễ

Thành phần:

- 24 quả cà chua bi, cắt đầu và loại bỏ phần bên trong
- 2 muỗng canh dầu ô liu
- ¼ muỗng cà phê hạt tiêu đỏ
- ½ chén phô mai feta, vụn
- 2 muỗng canh ô liu đen
- ¼ chén bạc hà, rách

Hướng dẫn:

Trong một cái bát, trộn hỗn hợp ô liu với các nguyên liệu còn lại, trừ cà chua bi và đánh đều. Nhồi hỗn hợp này vào cà chua bi, xếp tất cả ra đĩa và dùng như món khai vị.

Dinh dưỡng (cho 100g):136 Calo 8,6g Chất béo 5,6g Carbohydrate 5,1g Protein 648mg Natri

sốt tiêu

Thời gian chuẩn bị: 10 phút

giờ nấu ăn: 0 phút

Khẩu phần: 4

Mức độ khó: dễ

Thành phần:

- 7 ounces ớt chuông đỏ nướng, xắt nhỏ
- ½ chén parmesan nạo
- 1/3 chén rau mùi tây xắt nhỏ
- 14 ounce atisô đóng hộp, để ráo nước và cắt nhỏ
- 3 muỗng canh dầu ô liu
- ¼ chén nụ bạch hoa, để ráo nước
- 1 và ½ thìa nước cốt chanh
- 2 tép tỏi băm nhỏ

Hướng dẫn:

Trong máy xay sinh tố, kết hợp ớt đỏ với Parmesan và các thành phần còn lại và xay đều. Chia thành các cốc và dùng như một món ăn nhẹ.

Dinh dưỡng (cho 100g):200 Calo 5,6g Chất béo 12,4g Carbohydrate 4,6g Protein 736mg Natri

falafel rau mùi

Thời gian chuẩn bị: 10 phút

giờ nấu ăn: 10 phút

Khẩu phần: 8

Mức độ khó: dễ

Thành phần:

- 1 chén đậu xanh đóng hộp
- 1 bó lá mùi tây
- 1 củ hành vàng xắt nhỏ
- 5 tép tỏi băm nhỏ
- 1 muỗng cà phê rau mùi, xay
- Một chút muối và hạt tiêu
- ¼ muỗng cà phê ớt cayenne
- ¼ muỗng cà phê bicarbonate soda
- ¼ muỗng cà phê bột thì là
- 1 thìa cà phê nước cốt chanh
- 3 muỗng canh bột năng
- Dầu để chiên

Hướng dẫn:

Trong máy xay thực phẩm của bạn, kết hợp đậu với rau mùi tây, hành tây và các thành phần còn lại trừ dầu và bột mì rồi xay nhuyễn. Chuyển hỗn hợp vào một cái bát, thêm bột mì, khuấy đều, tạo thành 16 quả bóng với hỗn hợp và làm phẳng chúng một chút.

Làm nóng chảo trên lửa vừa và cao, cho falafels vào, chiên cả hai mặt trong 5 phút, đặt lên khăn giấy, thấm bớt mỡ thừa, bày ra đĩa và dùng như món khai vị.

Dinh dưỡng (cho 100g):122 Calo 6,2g Chất béo 12,3g Carbohydrate 3,1g Protein 699mg Natri

hummus ớt đỏ

Thời gian chuẩn bị: 10 phút

giờ nấu ăn: 0 phút

Khẩu phần: 6

Mức độ khó: dễ

Thành phần:

- 6 ounces ớt chuông đỏ rang, bóc vỏ và thái nhỏ
- 16 ounce đậu xanh đóng hộp, để ráo nước và rửa sạch
- ¼ cốc sữa chua Hy Lạp
- 3 muỗng canh sốt tahini
- nước cốt 1 quả chanh
- 3 tép tỏi băm nhỏ
- 1 muỗng canh dầu ô liu
- Một chút muối và hạt tiêu
- 1 muỗng canh rau mùi tây xắt nhỏ

Hướng dẫn:

Trong bộ xử lý thực phẩm, kết hợp ớt đỏ với các thành phần còn lại trừ dầu và mùi tây và trộn đều. Thêm dầu ô liu, đánh lại lần nữa, chia thành các cốc, rắc rau mùi tây lên trên và dùng như một món sốt cho bữa tiệc.

Dinh dưỡng (cho 100g):255 Calo 11,4g Chất béo 17,4g Carbohydrate 6,5g Protein 593mg Natri

sốt đậu trắng

Thời gian chuẩn bị: 10 phút

giờ nấu ăn: 0 phút

Khẩu phần: 4

Mức độ khó: dễ

Thành phần:

- 15 ounce đậu trắng đóng hộp, để ráo nước và rửa sạch
- 6 ounce tim atisô đóng hộp, để ráo nước và chia thành các phần tư
- 4 tép tỏi băm nhỏ
- 1 muỗng canh húng quế băm nhỏ
- 2 muỗng canh dầu ô liu
- Nước cốt của ½ quả chanh
- Vỏ của ½ quả chanh, nạo
- Muối và hạt tiêu đen để nếm

Hướng dẫn:

Trong bộ xử lý thực phẩm của bạn, kết hợp đậu với atisô và các thành phần còn lại trừ dầu và trộn đều. Dần dần thêm dầu, khuấy hỗn hợp một lần nữa, chia thành các ly và dùng làm nước sốt cho bữa tiệc.

Dinh dưỡng (cho 100g):27 Calo 11,7g Chất béo 18,5g Carbohydrate 16,5g Protein 668mg Natri

Hummus với thịt cừu đất

Thời gian chuẩn bị: 10 phút

giờ nấu ăn: 15 phút

Khẩu phần: 8

Mức độ khó: dễ

Thành phần:

- 10 ounce hummus
- 12 ounces thịt cừu, xay
- ½ chén hạt lựu
- ¼ chén rau mùi tây xắt nhỏ
- 1 muỗng canh dầu ô liu
- Chip Pita để phục vụ

Hướng dẫn:

Làm nóng chảo ở nhiệt độ trung bình cao, nấu thịt và chuyển sang màu nâu trong 15 phút, đảo liên tục. Trải hummus ra đĩa, rắc thịt cừu xay lên khắp nơi, cũng rắc hạt lựu và rau mùi tây và dùng với khoai tây chiên như một món ăn nhẹ.

Dinh dưỡng (cho 100g):133 Calo 9,7g Chất béo 6,4g Carbohydrate 5,4g Protein 659mg Natri

nước sốt cà tím

Thời gian chuẩn bị: 10 phút

giờ nấu ăn: 40 phút

Khẩu phần: 4

Mức độ khó: dễ

Thành phần:

- 1 quả cà tím, xắt nhỏ bằng nĩa
- 2 muỗng canh sốt tahini
- 2 thìa nước cốt chanh
- 2 tép tỏi băm nhỏ
- 1 muỗng canh dầu ô liu
- Muối và hạt tiêu đen để nếm
- 1 muỗng canh rau mùi tây xắt nhỏ

Hướng dẫn:

Đặt cà tím lên khay nướng, nướng ở nhiệt độ 400 độ F trong 40 phút, để nguội, bóc vỏ và chuyển sang máy chế biến thực phẩm. Đánh tan các nguyên liệu còn lại trừ rau mùi tây, đập nhuyễn, chia thành các bát nhỏ và dùng như món khai vị với rau mùi tây rắc lên trên.

Dinh dưỡng (cho 100g):121 Calo 4,3g Chất béo 1,4g Carbohydrate 4,3g Protein 639mg Natri

rau xào

Thời gian chuẩn bị: 10 phút

giờ nấu ăn: 10 phút

Khẩu phần: 8

Mức độ khó: dễ

Thành phần:

- 2 tép tỏi băm nhỏ
- 2 củ hành vàng xắt nhỏ
- 4 hẹ xắt nhỏ
- 2 củ cà rốt nạo
- 2 muỗng cà phê thì là, xay
- ½ muỗng cà phê bột nghệ
- Muối và hạt tiêu đen để nếm
- ¼ muỗng cà phê rau mùi, xay
- 2 muỗng canh rau mùi tây xắt nhỏ
- ¼ muỗng cà phê nước cốt chanh
- ½ chén bột hạnh nhân
- 2 củ cải đường, gọt vỏ và bào
- 2 quả trứng đánh tan
- ¼ chén bột năng
- 3 muỗng canh dầu ô liu

Hướng dẫn:

Trong một cái bát, trộn tỏi với hành tây, hẹ và các thành phần còn lại trừ dầu, khuấy đều và tạo hình bánh bao cỡ vừa với hỗn hợp này.

Làm nóng chảo trên lửa vừa, cho bánh bao đã chiên vào, chiên mỗi mặt 5 phút, bày ra đĩa và dùng.

Dinh dưỡng (cho 100g):209 Calo 11,2g Chất béo 4,4g Carbohydrate 4,8g Protein 726mg Natri

thịt viên thịt cừu bulgur

Thời gian chuẩn bị: 10 phút

giờ nấu ăn: 15 phút

Khẩu phần: 6

Mức độ khó: dễ

Thành phần:

- 1 và ½ cốc sữa chua Hy Lạp
- ½ muỗng cà phê thì là, xay
- 1 chén dưa chuột xắt nhỏ
- ½ muỗng cà phê tỏi băm
- Một chút muối và hạt tiêu
- 1 chén bulgur
- 2 cốc nước
- Thịt cừu nửa pound, xay
- ¼ chén rau mùi tây xắt nhỏ
- ¼ chén hẹ tây, xắt nhỏ
- ½ muỗng cà phê hạt tiêu, xay
- ½ muỗng cà phê bột quế
- 1 muỗng canh dầu ô liu

Hướng dẫn:

Trộn lúa mì với nước, đậy nắp tô, để riêng trong 10 phút, để ráo nước và chuyển sang tô. Thêm thịt, sữa chua và các thành phần còn lại trừ dầu, trộn đều và tạo thành những viên thịt cỡ vừa với hỗn hợp này. Làm nóng chảo trên lửa vừa và cao, cho thịt viên vào, nấu mỗi mặt 7 phút, bày tất cả ra đĩa và dùng như món khai vị.

Dinh dưỡng (cho 100g):300 Calo 9,6g Chất béo 22,6g Carbohydrate 6,6g Protein 644mg Natri

dưa chuột cắn

Thời gian chuẩn bị: 10 phút

giờ nấu ăn: 0 phút

Khẩu phần: 12

Mức độ khó: dễ

Thành phần:

- 1 quả dưa chuột Anh, cắt thành 32 lát
- 10 ounce hummus
- 16 quả cà chua bi, cắt đôi
- 1 muỗng canh rau mùi tây xắt nhỏ
- 30 gram phô mai feta vụn

Hướng dẫn:

Phết hummus lên từng khoanh dưa chuột, chia nửa quả cà chua thành từng nửa, rắc phô mai và rau mùi tây lên trên và dùng như món khai vị.

Dinh dưỡng (cho 100g):162 Calo 3,4g Chất béo 6,4g Carbohydrate 2,4g Protein 702mg Natri

quả bơ nhồi bông

Thời gian chuẩn bị: 10 phút

giờ nấu ăn: 0 phút

Khẩu phần: 2

Mức độ khó: dễ

Thành phần:

- 1 quả bơ, cắt đôi và bỏ hạt
- 10 ounces cá ngừ đóng hộp, ráo nước
- 2 muỗng canh cà chua phơi nắng, xắt nhỏ
- 1 và ½ muỗng canh húng quế
- 2 muỗng canh ô liu đen, đọ sức và xắt nhỏ
- Muối và hạt tiêu đen để nếm
- 2 muỗng cà phê hạt thông, nướng và xắt nhỏ
- 1 muỗng canh húng quế băm nhỏ

Hướng dẫn:

Trộn cá ngừ với cà chua khô và các thành phần còn lại trừ bơ và khuấy đều. Nhồi hỗn hợp cá ngừ vào nửa quả bơ và dùng như món khai vị.

Dinh dưỡng (cho 100g):233 Calo 9g Chất béo 11,4g Carbohydrate 5,6g Protein 735mg Natri

mận bọc

Thời gian chuẩn bị: 5 phút

giờ nấu ăn: 0 phút

Khẩu phần: 8

Mức độ khó: dễ

Thành phần:

- 2 ounce giăm bông cắt thành 16 miếng
- 4 quả mận, cắt làm tư
- 1 muỗng canh hẹ xắt nhỏ
- Một nhúm ớt đỏ nghiền nhỏ

Hướng dẫn:

Bọc từng miếng mận trong một lát prosciutto, bày ra đĩa, rắc hẹ và hạt tiêu và dùng.

Dinh dưỡng (cho 100g):30 calo 1g chất béo 4g carbs 2g protein 439mg natri

Feta ướp và atisô

Thiết lập thời gian: 10 phút cộng với 4 giờ nhàn rỗi

giờ nấu ăn: 10 phút

Khẩu phần: 2

Mức độ khó: dễ

Thành phần:

- 4 ounces phô mai feta truyền thống của Hy Lạp, cắt thành khối ½ inch
- 4 ounce trái tim atisô ráo nước, chia đôi theo chiều dọc
- 1/3 chén dầu ô liu nguyên chất
- Vỏ và nước cốt của 1 quả chanh
- 2 muỗng canh hương thảo tươi băm nhỏ
- 2 muỗng canh mùi tây tươi xắt nhỏ
- ½ muỗng cà phê tiêu đen

Hướng dẫn:

Trong một bát thủy tinh, trộn phô mai feta và tim atisô. Thêm dầu ô liu, vỏ chanh và nước trái cây, hương thảo, rau mùi tây và hạt tiêu và khuấy nhẹ để kết hợp, cẩn thận để không làm vỡ pho mát feta.

Để nguội trong 4 giờ hoặc tối đa 4 ngày. Lấy ra khỏi tủ lạnh 30 phút trước khi ăn.

Dinh dưỡng (cho 100g):235 Calo 23g Chất béo 1g Tinh bột 4g Protein 714mg Natri

bánh mì cá ngừ

Thiết lập thời gian: 40 phút cộng với giờ qua đêm để hạ nhiệt

giờ nấu ăn: 25 phút

Khẩu phần: 36

Mức độ khó: khó

Thành phần:

- 6 muỗng canh dầu ô liu nguyên chất, cộng với 1 đến 2 cốc
- 5 muỗng canh bột hạnh nhân, cộng với 1 cốc, chia
- 1 ¼ chén kem chua
- 1 hộp cá ngừ albacore bọc dầu ô liu
- 1 muỗng canh hành tím băm nhỏ
- 2 muỗng cà phê bạch hoa xắt nhỏ
- ½ muỗng cà phê thì là khô
- ¼ thìa cà phê tiêu đen mới xay
- 2 quả trứng lớn
- 1 chén vụn bánh mì panko (hoặc phiên bản không chứa gluten)

Hướng dẫn:

Trong một cái chảo lớn, đun nóng 6 muỗng canh dầu ô liu trên lửa vừa và thấp. Thêm 5 muỗng canh bột hạnh nhân và nấu, khuấy liên tục, cho đến khi tạo thành một hỗn hợp mịn và bột có màu nâu nhạt, từ 2 đến 3 phút.

Chọn nhiệt ở mức trung bình cao và dần dần đánh kem nặng, đánh liên tục cho đến khi hoàn toàn mịn và đặc lại, thêm 4 đến 5 phút nữa. Lấy ra và thêm cá ngừ, hành tím, nụ bạch hoa, thì là và hạt tiêu.

Chuyển hỗn hợp vào đĩa nướng hình vuông 20 cm được tráng kỹ bằng dầu ô liu và để ở nhiệt độ phòng. Quấn và làm lạnh trong 4 giờ hoặc tối đa qua đêm. Để tạo thành bánh croquettes, hãy chuẩn bị ba cái bát. Trong một, đánh trứng. Trong một cái khác, thêm phần còn lại của bột hạnh nhân. Trong phần thứ ba, thêm panko. Dòng một tấm nướng bánh bằng giấy giấy da.

Thả khoảng một muỗng canh bột nguội đã chuẩn bị vào hỗn hợp bột và lăn cho áo khoác. Lắc bỏ phần thừa và dùng tay cuộn lại thành hình bầu dục.

Nhúng bánh croquette vào trứng đã đánh và phủ nhẹ bằng panko. Đặt trên một tấm nướng lót và lặp lại với phần còn lại của bột.

Trong một cái chảo nhỏ, đun nóng 1 đến 2 chén dầu ô liu còn lại trên lửa vừa và cao.

Khi dầu đã nóng, chiên bánh croquettes 3 hoặc 4 lần một lúc, tùy thuộc vào kích thước của chảo, lấy chúng ra bằng thìa có rãnh khi vàng. Thỉnh thoảng bạn sẽ cần điều chỉnh nhiệt độ dầu để giữ cho dầu không bị cháy. Nếu croquettes nâu quá nhanh, hãy giảm nhiệt độ.

Dinh dưỡng (cho 100g):245 Calo 22g Chất béo 1g Tinh bột 6g Protein 801mg Natri

cá hồi xông khói

Thời gian chuẩn bị: 10 phút

giờ nấu ăn: 15 phút

Khẩu phần: 4

Mức độ khó: dễ

Thành phần:

- 6 ounce cá hồi hoang dã hun khói
- 2 muỗng canh nước sốt tỏi nướng
- 1 muỗng canh mù tạt dijon
- 1 muỗng canh hẹ xắt nhỏ, chỉ lấy phần xanh
- 2 muỗng cà phê bạch hoa xắt nhỏ
- ½ muỗng cà phê thì là khô
- 4 ngọn giáo hoặc trái tim romaine
- ½ quả dưa chuột Anh, thái thành lát dày ¼-inch

Hướng dẫn:

Xắt nhỏ cá hồi hun khói và chuyển vào một cái bát nhỏ. Thêm aioli, Dijon, hẹ, bạch hoa và thì là và trộn đều. Rắc rau diếp và dưa chuột lên trên cùng với một thìa hỗn hợp cá hồi hun khói và thưởng thức lạnh.

Dinh dưỡng (cho 100g):92 Calo 5g Chất béo 1g Tinh bột 9g Protein 714mg Natri

Ô liu cam quýt ướp

Thời gian chuẩn bị: 4 giờ

giờ nấu ăn: 0 phút

Khẩu phần: 2

Mức độ khó: dễ

Thành phần:

- 2 chén ô liu xanh đọ sức
- ¼ chén giấm rượu vang đỏ
- ¼ chén dầu ô liu nguyên chất
- 4 tép tỏi thái nhỏ
- Vỏ và nước ép của 1 quả cam lớn
- 1 muỗng cà phê hạt tiêu đỏ
- 2 lá nguyệt quế
- ½ muỗng cà phê thì là
- ½ thìa cà phê tiêu xay

Hướng dẫn:

Khuấy ô liu, giấm, dầu, tỏi, vỏ cam và nước trái cây, mảnh ớt đỏ, lá nguyệt quế, thì là và hạt tiêu và trộn đều. Đậy kín và cho vào tủ lạnh trong 4 giờ hoặc tối đa một tuần để ô liu ngấm gia vị, khuấy lại trước khi dùng.

Dinh dưỡng (cho 100g):133 Calo 14g Chất béo 2g Tinh bột 1g Protein 714mg Natri

Olive Tapenade với cá cơm

Thiết lập thời gian: 1 giờ 10 phút

giờ nấu ăn: 0 phút

Khẩu phần: 2

Độ khó: trung bình

Thành phần:

- 2 chén ô liu Kalamata rỗ hoặc ô liu đen khác
- 2 phi lê cá cơm xắt nhỏ
- 2 muỗng cà phê bạch hoa xắt nhỏ
- 1 tép tỏi băm nhỏ
- 1 lòng đỏ trứng luộc
- 1 muỗng cà phê mù tạt dijon
- ¼ chén dầu ô liu nguyên chất
- Bánh quy hạt, bánh mì tròn đa năng hoặc rau để phục vụ (tùy chọn)

Hướng dẫn:

Rửa ô liu trong nước lạnh và để ráo nước. Trong máy xay thực phẩm, máy xay sinh tố hoặc bình lớn (nếu sử dụng máy xay ngâm), đặt ô liu, cá cơm, bạch hoa, tỏi, lòng đỏ trứng và Dijon đã ráo nước. Xử lý cho đến khi nó tạo thành một hỗn hợp đặc. Trong khi chạy, dần dần vượt qua dầu ô liu.

Chuyển sang một cái bát nhỏ, đậy nắp và để trong tủ lạnh ít nhất 1 giờ để hương vị phát triển. Phục vụ với bánh quy giòn, trên một chiếc bánh mì tròn, hoặc với các loại rau giòn yêu thích của bạn.

Dinh dưỡng (cho 100g):179 Calo 19g Chất béo 2g Tinh bột 2g Protein 82mg Natri

Trứng quỷ Hy Lạp

Thời gian chuẩn bị: 45 phút

giờ nấu ăn: 15 phút

Khẩu phần: 4

Mức độ khó: dễ

Thành phần:

- 4 quả trứng luộc lớn
- 2 muỗng canh nước sốt tỏi nướng
- ½ chén phô mai feta vụn mịn
- 8 quả ô liu Kalamata, xắt nhỏ
- 2 muỗng canh cà chua khô xắt nhỏ
- 1 muỗng canh hành tím băm nhỏ
- ½ muỗng cà phê thì là khô
- ¼ thìa cà phê tiêu đen mới xay

Hướng dẫn:

Cắt đôi quả trứng luộc chín theo chiều dọc, loại bỏ lòng đỏ và cho vào tô vừa. Dự trữ nửa lòng trắng trứng và đặt sang một bên.

Nghiền nát lòng đỏ bằng nĩa. Thêm aioli, pho mát feta, ô liu, cà chua khô, hành tây, thì là và hạt tiêu và trộn cho đến khi mịn và kem.

Cho nhân vào từng nửa lòng trắng trứng và cho vào tủ lạnh trong 30 phút hoặc tối đa 24 giờ, đậy nắp.

Dinh dưỡng (cho 100g):147 Calo 11g Chất béo 6g Tinh bột 9g Protein 736mg Natri

Bánh Quy Manchego

Thiết lập thời gian: 1 giờ 15 phút

giờ nấu ăn: 15 phút

Khẩu phần: 20

Mức độ khó: khó

Thành phần:

- 4 muỗng canh bơ, ở nhiệt độ phòng
- 1 chén phô mai manchego bào mịn
- 1 chén bột hạnh nhân
- 1 muỗng cà phê muối, chia
- ¼ thìa cà phê tiêu đen mới xay
- 1 trứng lớn

Hướng dẫn:

Trong máy trộn điện, kết hợp bơ và phô mai bào cho đến khi kết hợp tốt và mịn. Kết hợp bột hạnh nhân với ½ muỗng cà phê muối và hạt tiêu. Dần dần trộn hỗn hợp bột hạnh nhân vào pho mát, khuấy liên tục cho đến khi bột tạo thành một quả bóng.

Đặt một miếng giấy da hoặc bọc nhựa và cuộn thành hình trụ dày khoảng 1 ½ inch. Niêm phong tốt và đóng băng trong ít nhất 1 giờ. Làm nóng lò ở nhiệt độ 350°F. Đặt giấy da hoặc miếng silicon lên 2 khay nướng.

Để rửa trứng, trộn trứng với ½ muỗng cà phê muối còn lại. Cắt bột đã ướp lạnh thành những viên tròn nhỏ, dày khoảng ¼ inch và đặt lên khay nướng đã lót sẵn giấy nướng.

Tráng trứng lên bề mặt bánh và nướng cho đến khi bánh có màu vàng nâu và giòn. Đặt trên giá dây để nguội.

Phục vụ ấm hoặc, sau khi nguội hoàn toàn, bảo quản trong hộp kín trong tủ lạnh tối đa 1 tuần.

Dinh dưỡng (cho 100g):243 Calo 23g Chất béo 1g Tinh bột 8g Protein 804mg Natri

Ngăn xếp Burrata Caprese

Thời gian chuẩn bị: 5 phút

giờ nấu ăn: 0 phút

Khẩu phần: 4

Mức độ khó: dễ

Thành phần:

- 1 quả cà chua hữu cơ lớn, tốt nhất là loại gia truyền
- ½ muỗng cà phê muối
- ¼ thìa cà phê tiêu đen mới xay
- 1 (4 ounce) quả bóng phô mai burrata
- 8 lá húng quế tươi, thái lát mỏng
- 2 muỗng canh dầu ô liu nguyên chất
- 1 muỗng canh rượu vang đỏ hoặc giấm balsamic

Hướng dẫn:

Cắt cà chua thành 4 lát dày, loại bỏ lõi cứng và rắc muối và tiêu. Đặt cà chua, mặt gia vị lên trên đĩa. Trên một cái đĩa có cạnh riêng, cắt burrata thành 4 lát dày và đặt một lát lên trên mỗi lát cà chua. Cho một phần tư húng quế lên trên mỗi loại và đổ kem burrata dành riêng từ đĩa có viền lên trên.

Rưới dầu và giấm và dùng nĩa và dao.

Dinh dưỡng (cho 100g):153 Calo 13g Chất béo 1g Tinh bột 7g Protein 633mg Natri

Zucchini và ricotta rán với nước sốt chanh và tỏi

Thiết lập thời gian: 10 phút cộng 20 phút nghỉ

giờ nấu ăn: 25 phút

Khẩu phần: 4

Mức độ khó: khó

Thành phần:

- 1 quả bí ngòi lớn hoặc 2 quả bí ngòi vừa/nhỏ
- 1 muỗng cà phê muối, chia
- ½ chén phô mai ricotta sữa nguyên chất
- 2 củ hành lá
- 1 trứng lớn
- 2 tép tỏi thái nhỏ
- 2 muỗng canh bạc hà tươi xắt nhỏ (tùy chọn)
- 2 muỗng cà phê vỏ chanh nạo
- ¼ thìa cà phê tiêu đen mới xay
- ½ chén bột hạnh nhân
- 1 muỗng cà phê men bột
- 8 muỗng canh dầu ô liu nguyên chất
- 8 muỗng canh Aioli tỏi nướng hoặc Mayonnaise dầu bơ

Hướng dẫn:

Đặt zucchini bào vào một cái chao hoặc trong một vài lớp khăn giấy. Rắc ½ muỗng cà phê muối và để yên trong 10 phút. Sử dụng một lớp khăn giấy khác, ấn bí xanh để giải phóng độ ẩm dư thừa và lau khô. Cho bí ngòi đã ráo nước, ricotta, hẹ, trứng, tỏi, bạc hà (nếu dùng), vỏ chanh, ½ thìa muối và tiêu còn lại vào xào cùng.

Trộn bột hạnh nhân với men. Khuấy hỗn hợp bột vào hỗn hợp zucchini và để yên trong 10 phút. Trong một cái chảo lớn, làm việc trong bốn mẻ, chiên các món rán. Đối với mỗi mẻ bốn người, đun nóng 2 muỗng canh dầu ô liu trên lửa vừa và cao. Thêm 1 muỗng canh bột zucchini vào mỗi bánh nướng xốp, ấn xuống bằng mặt sau của muỗng để tạo thành bánh bao 2 đến 3 inch. Đậy nắp và chiên 2 phút trước khi quay. Chiên thêm 2 đến 3 phút, đậy nắp hoặc cho đến khi giòn và có màu vàng nâu và chín kỹ. Có thể cần giảm nhiệt xuống mức trung bình để tránh bị bỏng. Lấy ra khỏi chảo và giữ ấm.

Lặp lại cho ba đợt còn lại, sử dụng 2 muỗng canh dầu ô liu cho mỗi đợt. Phục vụ bánh bao chiên nóng với sốt aioli.

Dinh dưỡng (cho 100g): 448 Calo 42g Chất béo 2g Tinh bột 8g Protein 744mg Natri

Dưa chuột nhồi cá hồi

Thời gian chuẩn bị: 10 phút

giờ nấu ăn: 0 phút

Khẩu phần: 4

Mức độ khó: dễ

Thành phần:

- 2 quả dưa chuột lớn, gọt vỏ
- 1 lon (4 ounce) cá hồi sockeye
- 1 quả bơ vừa rất chín
- 1 muỗng canh dầu ô liu nguyên chất
- Vỏ và nước cốt của 1 quả chanh
- 3 muỗng canh rau mùi tươi xắt nhỏ
- ½ muỗng cà phê muối
- ¼ thìa cà phê tiêu đen mới xay

Hướng dẫn:

Cắt dưa chuột thành những miếng dày 1 inch và dùng thìa nạo hạt ra khỏi tâm của mỗi miếng và đặt lên đĩa. Trong một bát vừa, kết hợp cá hồi, bơ, dầu ô liu, vỏ chanh và nước trái cây, rau mùi, muối và hạt tiêu và trộn cho đến khi có dạng kem.

Múc hỗn hợp cá hồi vào giữa từng múi dưa chuột và dùng lạnh.

Dinh dưỡng (cho 100g):159 Calo 11g Chất béo 3g Tinh bột 9g Protein 739mg Natri

Phô Mai Dê - Pate Cá Thu

Thời gian chuẩn bị: 10 phút

giờ nấu ăn: 0 phút

Khẩu phần: 4

Mức độ khó: dễ

Thành phần:

- 4 ounce cá thu đánh bắt tự nhiên với dầu ô liu

- 2 ounce phô mai dê

- Vỏ và nước cốt của 1 quả chanh

- 2 muỗng canh mùi tây tươi xắt nhỏ

- 2 muỗng canh arugula tươi xắt nhỏ

- 1 muỗng canh dầu ô liu nguyên chất

- 2 muỗng cà phê bạch hoa xắt nhỏ

- 1 đến 2 muỗng cà phê cải ngựa tươi (tùy chọn)

- Bánh quy, lát dưa chuột, rau câu hoặc cần tây để phục vụ (tùy chọn)

Hướng dẫn:

Trong máy xay thực phẩm, máy xay sinh tố hoặc bát lớn có máy xay ngâm, kết hợp cá thu, pho mát dê, vỏ chanh và nước trái cây, rau mùi tây, rau arugula, dầu ô liu, bạch hoa và cải ngựa (nếu sử dụng). Xử lý hoặc trộn cho đến khi mịn và kem.

Phục vụ với bánh quy giòn, lát dưa chuột, rau câu hoặc cần tây. Đậy kín để ngăn mát tủ lạnh tối đa 1 tuần.

Dinh dưỡng (cho 100g):118 Calo 8g Chất béo 6g Tinh bột 9g Protein 639mg Natri

Hương vị của những quả bom béo Địa Trung Hải

Thiết lập thời gian: 4 giờ 15 phút

giờ nấu ăn: 0 phút

Khẩu phần: 6

Độ khó: trung bình

Thành phần:

- 1 chén phô mai dê vụn
- 4 muỗng canh pesto trong lọ
- 12 quả ô liu Kalamata, xắt nhỏ
- ½ chén quả óc chó xắt nhỏ
- 1 muỗng canh hương thảo tươi băm nhỏ

Hướng dẫn:

Trong một bát vừa, phết phô mai dê, sốt pesto và ô liu rồi dùng nĩa trộn đều. Đóng băng trong 4 giờ để cứng lại.

Dùng tay nặn hỗn hợp thành 6 viên tròn có đường kính khoảng ¾ inch. Hỗn hợp sẽ dính.

Trong một cái bát nhỏ, đặt quả óc chó và hương thảo và cuộn những viên phô mai dê trong hỗn hợp hạt để phủ lên. Bảo quản bom béo trong tủ lạnh tối đa 1 tuần hoặc trong ngăn đá tối đa 1 tháng.

Dinh dưỡng (cho 100g):166 Calo 15g Chất béo 1g Tinh bột 5g Protein 736mg Natri

Gazpacho bơ

Thời gian chuẩn bị: 15 phút

giờ nấu ăn: 10 phút

Khẩu phần: 4

Mức độ khó: dễ

Thành phần:

- 2 chén cà chua xắt nhỏ
- 2 quả bơ chín lớn, cắt đôi và rỗ
- 1 quả dưa chuột lớn, gọt vỏ và bỏ hạt
- 1 quả ớt chuông vừa (đỏ, cam hoặc vàng), xắt nhỏ
- 1 cốc sữa chua Hy Lạp nguyên chất
- ¼ chén dầu ô liu nguyên chất
- ¼ chén rau mùi tươi xắt nhỏ
- ¼ chén hẹ xắt nhỏ, chỉ lấy phần xanh
- 2 muỗng canh giấm rượu vang đỏ
- Nước ép của 2 quả chanh hoặc 1 quả chanh
- ½ đến 1 thìa cà phê muối
- ¼ thìa cà phê tiêu đen mới xay

Hướng dẫn:

Sử dụng máy xay sinh tố, kết hợp cà chua, bơ, dưa chuột, ớt chuông, sữa chua, dầu ô liu, ngò, hẹ, giấm và nước cốt chanh. Trộn cho đến khi mịn.

Nêm và trộn để kết hợp các hương vị. Phục vụ lạnh.

Dinh dưỡng (cho 100g):392 Calo 32g Chất béo 9g Tinh bột 6g Protein 694mg Natri

Chén xà lách bánh cua

Thời gian chuẩn bị: 35 phút

giờ nấu ăn: 20 phút

Khẩu phần: 4

Độ khó: trung bình

Thành phần:

- 1 pound Cua Jumbo
- 1 trứng lớn
- 6 muỗng canh aioli tỏi nướng
- 2 muỗng canh mù tạt dijon
- ½ chén bột hạnh nhân
- ¼ chén hành tím xắt nhỏ
- 2 muỗng cà phê ớt bột hun khói
- 1 muỗng cà phê muối cần tây
- 1 muỗng cà phê bột tỏi
- 1 muỗng cà phê thì là khô (tùy chọn)
- ½ muỗng cà phê tiêu đen mới xay
- ¼ chén dầu ô liu nguyên chất
- 4 lá rau diếp Bibb lớn, loại bỏ gai dày

Hướng dẫn:

Đặt thịt cua vào một cái bát lớn và loại bỏ bất kỳ phần vỏ nào có thể nhìn thấy được, sau đó dùng nĩa tách thịt ra. Trong một cái bát nhỏ, đánh trứng, 2 muỗng canh aioli và mù tạt Dijon. Thêm vào thịt cua và trộn với một cái nĩa. Cho bột hạnh nhân, hành tím, ớt bột, muối cần tây, bột tỏi, thì là (nếu dùng) và tiêu vào trộn đều. Để yên ở nhiệt độ phòng trong 10 đến 15 phút.

Tạo thành 8 chiếc bánh nhỏ, đường kính khoảng 5 cm. Nấu dầu ô liu trên lửa vừa cao. Chiên bánh cho đến khi có màu vàng nâu, mỗi mặt từ 2 đến 3 phút. Bọc lại, giảm nhiệt và nấu thêm 6 đến 8 phút nữa hoặc cho đến khi đặt ở giữa. Lấy ra khỏi chảo.

Để phục vụ, bọc 2 chiếc bánh cua trong mỗi lá rau diếp và phủ 1 muỗng canh nước sốt aioli lên trên.

Dinh dưỡng (cho 100g):344 Calo 24g Chất béo 2g Carbohydrate 24g Protein 804mg Natri

Salad gà bọc ngải giấm cam

Thời gian chuẩn bị: 15 phút

giờ nấu ăn: 0 phút

Khẩu phần: 4

Mức độ khó: dễ

Thành phần:

- ½ cốc sữa chua Hy Lạp nguyên chất
- 2 muỗng canh mù tạt dijon
- 2 muỗng canh dầu ô liu nguyên chất
- 2 muỗng canh tarragon tươi
- ½ muỗng cà phê muối
- ¼ thìa cà phê tiêu đen mới xay
- 2 chén gà nấu chín xé nhỏ
- ½ chén hạnh nhân cắt nhỏ
- 4 đến 8 lá rau diếp Bibb lớn, loại bỏ cuống cứng
- 2 quả bơ chín nhỏ, gọt vỏ và thái lát mỏng
- Vỏ của 1 quả quýt hoặc ½ quả cam nhỏ (khoảng 1 thìa canh)

Hướng dẫn:

Trong một bát vừa, kết hợp sữa chua, mù tạt, dầu ô liu, ngải giấm, vỏ cam, muối và hạt tiêu và đánh cho đến khi thành kem. Thêm thịt gà xé nhỏ và hạnh nhân và khuấy đều.

Để gói lại, cho khoảng ½ chén hỗn hợp salad gà vào giữa mỗi lá rau diếp và rắc bơ thái lát lên trên.

Dinh dưỡng (cho 100g):440 Calo 32g l Chất béo 8g Carbohydrate 26g Protein 607mg Natri

Nấm nhồi với Feta và Quinoa

Thời gian chuẩn bị: 5 phút

giờ nấu ăn: 8 phút

Khẩu phần: 6

Độ khó: trung bình

Thành phần:

- 2 muỗng canh ớt chuông đỏ xắt nhỏ
- 1 nhánh tỏi băm
- ¼ chén quinoa nấu chín
- 1/8 muỗng cà phê muối
- ¼ muỗng cà phê oregano khô
- 24 nấm mỡ, gốc
- 2 ounce phô mai feta vụn
- 3 muỗng canh vụn bánh mì nguyên hạt
- phun dầu Olive

Hướng dẫn:

Làm nóng nồi chiên không khí ở nhiệt độ 360 ° F. Trong một bát nhỏ, kết hợp ớt chuông, tỏi, quinoa, muối và oregano. Rải hạt quinoa vào mũ nấm cho đến khi đầy. Thêm một miếng phô mai feta nhỏ lên trên mỗi cây nấm. Rắc một nhúm vụn bánh mì lên pho mát feta trong mỗi cây nấm.

Đặt rổ chảo có xịt dầu ô liu và nhẹ nhàng đặt nấm vào rổ, đảm bảo chúng không chạm vào nhau.

Đặt giỏ vào chảo và nướng trong 8 phút. Lấy ra khỏi chảo và phục vụ.

Dinh dưỡng (cho 100g): 97 Calo 4g Chất béo 11g Tinh bột 7g Protein 677mg Natri

Falafel Năm Thành Phần với Sốt Sữa Chua Tỏi

Thời gian chuẩn bị: 5 phút

giờ nấu ăn: 15 phút

Khẩu phần: 4

Mức độ khó: khó

Thành phần:

- <u>cho chim ưng</u>
- 1 lon (15 ounces) đậu xanh, để ráo nước và rửa sạch
- ½ chén mùi tây tươi
- 2 tép tỏi băm nhỏ
- ½ muỗng canh thì là
- 1 muỗng canh bột mì nguyên cám
- muối
- <u>Đối với sốt sữa chua tỏi</u>
- 1 cốc sữa chua Hy Lạp ít béo
- 1 nhánh tỏi băm
- 1 muỗng canh thì là tươi xắt nhỏ
- 2 thìa nước cốt chanh

Hướng dẫn:

Để làm món falafel

Làm nóng trước nồi chiên không khí ở 360 ° F. Cho đậu xanh vào máy xay thực phẩm. Xay cho đến khi gần như băm nhỏ, sau đó thêm rau mùi tây, tỏi và thì là và xay thêm vài phút nữa cho đến khi các nguyên liệu kết hợp thành một khối bột nhão.

Thêm bột mì. Xung một vài lần nữa cho đến khi kết hợp. Bột sẽ có kết cấu, nhưng đậu gà phải được nghiền thành từng miếng nhỏ. Dùng tay sạch, vo bột thành 8 viên tròn có kích thước bằng nhau, sau đó vỗ nhẹ viên bột thành đĩa dày khoảng ½ đĩa.

Đặt rổ chiên ngập dầu với dầu ô liu và xếp từng miếng chả falafel vào rổ, đảm bảo chúng không chạm vào nhau. Chiên trong nồi chiên trong 15 phút.

Làm sốt sữa chua tỏi

Khuấy sữa chua, tỏi, thì là và nước cốt chanh. Sau khi falafel đã chín và chín đều các mặt, hãy lấy nó ra khỏi chảo và nêm muối. Dùng nóng với nước sốt.

Dinh dưỡng (cho 100g):151 Calo 2g Chất béo 10g Carbohydrate 12g Protein 698mg Natri

Tôm chanh với dầu tỏi

Thời gian chuẩn bị: 5 phút

giờ nấu ăn: 6 phút

Khẩu phần: 4

Độ khó: trung bình

Thành phần:

- Nửa ký tôm loại vừa, đánh sạch nhớt
- ¼ chén cộng với 2 muỗng canh dầu ô liu, chia
- Nước cốt của ½ quả chanh
- 3 tép tỏi, băm nhỏ và chia
- ½ muỗng cà phê muối
- ¼ muỗng cà phê hạt tiêu đỏ
- chanh nêm, để phục vụ (tùy chọn)
- Sốt Marinara, để chấm (không bắt buộc)

Hướng dẫn:

Làm nóng nồi chiên không dầu ở nhiệt độ 380°F. Quăng tôm với 2 muỗng canh dầu ô liu, nước cốt chanh, 1/3 tỏi băm nhỏ, muối và hạt tiêu rồi phủ đều.

Trong một bát nhỏ, kết hợp ¼ chén dầu ô liu còn lại và tỏi băm còn lại. Xé một lá nhôm 30 x 30 cm. Đặt tôm vào giữa lá nhôm, gấp hai bên lên và gấp các mép lại để tạo thành một chiếc bát giấy bạc mở ở trên cùng. Đặt gói này vào giỏ nồi chiên không dầu.

Rang tôm trong 4 phút, mở vung, đặt chảo dầu và tỏi vào rổ bên cạnh gói tôm. Nấu thêm 2 phút nữa. Chuyển tôm sang đĩa hoặc đĩa có ramekin dầu tỏi ở bên để nhúng. Bạn cũng có thể ăn kèm với chanh và nước sốt marinara nếu muốn.

Dinh dưỡng (cho 100g):264 Calo 21g Chất béo 10g Tinh bột 16g Protein 473mg Natri

Đậu Xanh Chiên Giòn Sốt Sữa Chua

Thời gian chuẩn bị: 5 phút

giờ nấu ăn: 5 phút

Khẩu phần: 4

Độ khó: trung bình

Thành phần:

- <u>cho đậu xanh</u>
- 1 quả trứng
- 2 muỗng canh nước
- 1 muỗng canh bột mì nguyên cám
- ¼ muỗng cà phê ớt bột
- ½ muỗng cà phê bột tỏi
- ½ muỗng cà phê muối
- ¼ chén vụn bánh mì nguyên cám
- ½ pound đậu xanh nguyên hạt
- <u>Đối với sốt sữa chua chanh</u>
- ½ cốc sữa chua Hy Lạp ít béo
- 1 thìa nước cốt chanh
- ¼ muỗng cà phê muối
- 1/8 muỗng cà phê ớt cayenne

Phương hướng:

Để làm đậu xanh

Làm nóng nồi chiên ở nhiệt độ 380°F.

Trong một bát nông vừa, đánh trứng và nước cho đến khi sủi bọt. Trong một bát nông vừa riêng biệt, kết hợp bột mì, ớt bột, bột tỏi và muối rồi trộn với vụn bánh mì.

Phủ đáy nồi chiên bằng bình xịt nấu ăn. Nhúng từng viên đậu xanh vào hỗn hợp trứng rồi đến hỗn hợp vụn bánh mì, phủ một lớp vụn bánh mì bên ngoài. Đặt đậu xanh thành một lớp ở dưới cùng của giỏ nồi chiên không khí.

Chiên trong chảo trong 5 phút hoặc cho đến khi bánh mì có màu vàng.

Để làm sốt sữa chua chanh

Khuấy sữa chua, nước cốt chanh, muối và ớt cayenne. Phục vụ Khoai tây chiên đậu xanh cùng với Sữa chua chanh như một món ăn nhẹ hoặc món khai vị.

Dinh dưỡng (cho 100g):88 Calo 2g Chất béo 10g Tinh bột 7g Protein 697mg Natri

Chip muối biển tự làm

Thời gian chuẩn bị: 2 phút

giờ nấu ăn: 8 phút

Khẩu phần: 2

Mức độ khó: dễ

Thành phần:

- 2 pitas lúa mì
- 1 muỗng canh dầu ô liu
- ½ muỗng cà phê muối kosher

hướng dẫn

Làm nóng trước nồi chiên không khí ở 360 ° F. Cắt mỗi pita thành 8 miếng. Trong một bát vừa, đảo các lát pita, dầu và muối cho đến khi các lát được phủ đều và dầu và muối được phân bổ đều.

Đặt các lát bánh mì dẹt vào giỏ nồi chiên không khí thành một lớp đều và chiên trong 6 đến 8 phút.

Nêm thêm muối nếu muốn. Phục vụ một mình hoặc với nước sốt yêu thích.

Dinh dưỡng (cho 100g):230 Calo 8g Chất béo 11g Tinh bột 6g Protein 810mg Natri

Nước sốt Spanakopita nướng

Thời gian chuẩn bị: 10 phút

giờ nấu ăn: 15 phút

Khẩu phần: 2

Độ khó: trung bình

Thành phần:

- phun dầu Olive
- 3 muỗng canh dầu ô liu, chia
- 2 muỗng canh hành trắng băm nhỏ
- 2 tép tỏi băm nhỏ
- 4 chén rau bina tươi
- 4 ounce pho mát kem, làm mềm
- 4 ounce phô mai feta, chia
- vỏ của 1 quả chanh
- ¼ muỗng cà phê hạt nhục đậu khấu
- 1 muỗng cà phê thì là khô
- ½ muỗng cà phê muối
- Khoai tây chiên, cà rốt que hoặc bánh mì cắt lát để phục vụ (tùy chọn)

Hướng dẫn:

Làm nóng trước nồi chiên không khí ở 360 ° F. Phủ bên trong chảo 6 inch hoặc đĩa nướng bằng bình xịt dầu ô liu.

Trong một cái chảo lớn trên lửa vừa, đun nóng 1 muỗng canh dầu ô liu. Thêm hành tây và nấu trong 1 phút. Thêm tỏi và nấu, khuấy trong 1 phút nữa.

Giảm nhiệt và khuấy trong rau bina và nước. Nấu cho đến khi rau bina héo. Lấy chảo ra khỏi bếp. Trong một bát vừa, phết phô mai kem, 2 ounces phô mai feta và dầu còn lại, vỏ chanh, nhục đậu khấu, thì là và muối. Trộn cho đến khi kết hợp tốt.

Thêm các loại rau làm từ phô mai và khuấy cho đến khi kết hợp. Đổ hỗn hợp nước sốt vào ramekin đã chuẩn bị và phủ 2 ounce phô mai feta còn lại lên trên.

Cho nước sốt vào rổ chiên ngập dầu và nấu trong 10 phút hoặc cho đến khi nóng và sủi bọt. Ăn kèm với khoai tây chiên, cà rốt hoặc bánh mì cắt lát.

Dinh dưỡng (cho 100g):550 Calo 52g Chất béo 21g Tinh bột 14g Protein 723mg Natri

Sốt Hành Trân Châu Nướng

Thời gian chuẩn bị: 5 phút

giờ nấu ăn: 12 phút cộng 1 giờ để làm mát

Khẩu phần: 4

Độ khó: trung bình

Thành phần:

- 2 chén hành tây bóc vỏ
- 3 tép tỏi
- 3 muỗng canh dầu ô liu, chia
- ½ muỗng cà phê muối
- 1 cốc sữa chua Hy Lạp ít béo
- 1 thìa nước cốt chanh
- ¼ muỗng cà phê tiêu đen
- 1/8 muỗng cà phê hạt tiêu đỏ
- Khoai tây chiên, rau hoặc bánh mì nướng để phục vụ (tùy chọn)

Hướng dẫn:

Làm nóng nồi chiên không khí ở nhiệt độ 360 ° F. Trong một bát lớn, phi thơm hành và tỏi với 2 thìa dầu ô liu cho đến khi hành được phủ đều.

Đổ hỗn hợp tỏi và hành tây vào rổ chiên ngập dầu và cho vào lò nướng trong 12 phút. Cho tỏi và hành tây vào máy xay thực phẩm. Đập rau nhiều lần, cho đến khi hành tây được thái nhỏ nhưng vẫn còn lại một ít.

Khuấy tỏi và hành tây và 1 muỗng canh dầu ô liu còn lại, cùng với muối, sữa chua, nước cốt chanh, hạt tiêu đen và hạt tiêu đỏ. Làm lạnh trong 1 giờ trước khi dùng với khoai tây chiên, rau hoặc bánh mì nướng.

Dinh dưỡng (cho 100g):150 Calo 10g Chất béo 6g Carbohydrate 7g Protein 693mg Natri

sốt ớt đỏ

Thời gian chuẩn bị: 5 phút

giờ nấu ăn: 5 phút

Khẩu phần: 4

Độ khó: trung bình

Thành phần:

- 1 quả ớt chuông đỏ lớn
- 2 muỗng canh cộng với 1 muỗng cà phê dầu ô liu
- ½ chén ô liu Kalamata, bỏ hạt và thái nhỏ
- 1 nhánh tỏi băm
- ½ muỗng cà phê oregano khô
- 1 thìa nước cốt chanh

Hướng dẫn:

Làm nóng trước nồi chiên không khí ở nhiệt độ 380°F. Phết 1 thìa cà phê dầu ô liu lên mặt ngoài của quả ớt chuông nguyên quả và đặt vào trong giỏ của nồi chiên không dầu. Nướng trong 5 phút. Trong khi đó, trong một bát vừa, trộn 2 muỗng canh dầu ô liu còn lại với ô liu, tỏi, lá oregano và nước cốt chanh.

Lấy ớt đỏ ra khỏi chảo, sau đó nhẹ nhàng cắt cuống và loại bỏ hạt. Cắt hạt tiêu rang thành từng miếng nhỏ.

Thêm ớt đỏ vào hỗn hợp ô liu và khuấy cho đến khi kết hợp. Ăn kèm với khoai tây chiên, bánh quy giòn hoặc bánh mì giòn.

Dinh dưỡng (cho 100g):104 Calo 10g Chất béo 9g Tinh bột 1g Protein 644mg Natri

Vỏ khoai tây Hy Lạp với ô liu và phô mai feta

Thời gian chuẩn bị: 5 phút

giờ nấu ăn: 45 phút

Khẩu phần: 4

Mức độ khó: khó

Thành phần:

- 2 củ khoai tây
- 3 muỗng canh dầu ô liu
- 1 muỗng cà phê muối kosher, chia
- ¼ muỗng cà phê tiêu đen
- 2 muỗng canh rau mùi tươi
- ¼ chén ô liu Kalamata, xắt nhỏ
- ¼ chén phô mai feta vụn
- Rau mùi tây tươi xắt nhỏ, để trang trí (tùy chọn)

Hướng dẫn:

Làm nóng trước nồi chiên không khí ở 380 ° F. Dùng nĩa chọc 2 đến 3 lỗ trên khoai tây và phết khoảng ½ muỗng canh dầu ô liu và ½ muỗng cà phê muối lên trên mỗi lỗ.

Đặt khoai tây vào rổ chiên ngập dầu và cho vào lò nướng trong 30 phút. Lấy khoai tây ra khỏi chảo và cắt làm đôi. Cạo sạch thịt khoai tây bằng thìa, để lại một lớp khoai tây dày ½ inch bên trong vỏ và giữ lại vỏ.

Trong một bát vừa, trộn khoai tây vừa với 2 thìa dầu ô liu còn lại, ½ thìa muối, tiêu đen và ngò. Trộn cho đến khi kết hợp tốt. Chia nhân khoai tây vào các vỏ trống, trải đều lên chúng. Phủ một thìa ô liu và phô mai feta lên trên mỗi củ khoai tây.

Đặt vỏ khoai tây đã nạp trở lại chảo và nướng trong 15 phút. Phục vụ với rau mùi hoặc rau mùi tây xắt nhỏ và một giọt dầu ô liu, nếu muốn.

Dinh dưỡng (cho 100g):270 Calo 13g Chất béo 34g Tinh bột 5g Protein 672mg Natri

Atisô và bánh mì pita ô liu

Thời gian chuẩn bị: 5 phút

giờ nấu ăn: 10 phút

Khẩu phần: 4

Mức độ khó: dễ

Thành phần:

- 2 pitas lúa mì
- 2 muỗng canh dầu ô liu, chia
- 2 tép tỏi băm nhỏ
- ¼ muỗng cà phê muối
- ½ chén tim atisô đóng hộp, thái lát
- ¼ chén ô liu Kalamata
- ¼ chén parmesan nạo
- ¼ chén phô mai feta vụn
- Rau mùi tây tươi xắt nhỏ, để trang trí (tùy chọn)

Hướng dẫn:

Làm nóng trước nồi chiên không khí ở nhiệt độ 380 ° F. Phết 1 muỗng canh dầu ô liu lên từng chiếc bánh mì dẹt, rắc tỏi băm và muối.

Chia đều trái tim atisô, ô liu và phô mai giữa hai chiếc bánh pita và đặt chúng vào chảo để nướng trong 10 phút. Loại bỏ pitas và cắt chúng thành 4 miếng trước khi phục vụ. Rắc mùi tây lên trên nếu muốn.

Dinh dưỡng (cho 100g):243 Calo 15g Chất béo 10g Tinh bột 7g Protein 644mg Natri

www.ingramcontent.com/pod-product-compliance
Lightning Source LLC
Chambersburg PA
CBHW051653060726

47593CB00021B/381